புறநானூற்றுக் குறிப்பு

A Critical Study of Purananuru

P.S. சுப்பிரமணிய சாஸ்திரி

தொகுப்பும் பதிப்பும்

முனைவர் முத்து வெ. பிரகாஷ்

பாண்டிச்சேரி பிரஞ்சு ஆய்வு நிறுவனம்

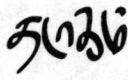

புறநானூற்றுக் குறிப்பு (A Critical Study of Puranānuru)

- ***ஆசிரியர்:*** P.S. சுப்பிரமணிய சாஸ்திரி
- ***தொகுப்பாசிரியர்:*** முனைவர் முத்து வெ. பிரகாஷ்
- ***முதற்பதிப்பு:*** ஜூலை *2023*
- ***பக்க வடிவமைப்பு:*** கி. ஆஷா
- ***அட்டை ஓவியம்:*** ப. மணிவண்ணன்

Book, Author & Editor Name: ***Purananurruk kurippu (A Critical Study of Purananuru)*** - A collection of commentary, translation and articles on Purananuru by ***P.S. Subrahmanya Sastri*** (1890-1978), edited by ***Dr. Muthu V. Prakash.***

Published by:

THADAGAM
No.112, First Floor, Thiruvalluvar Salai
Thiruvanmiyur, Chennai 600041
Mob: +91-98400-70870
www.thadagam.com | info@thadagam.com

ISBN: 978-93-93361-24-0

Published on July 2023

Price: ₹ 250

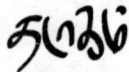

பதிப்புரை

2017ஆம் ஆண்டு பிரான்சு நாட்டைச் சேர்ந்த தமிழ்ப் பேரா சிரியர் பிரான்சுவா குரோ அவர்களது நூலகச் சேகரிப்பிலுள்ள தமிழ் நூல்களைப் பட்டியலிட்டு அட்டவணை செய்ய பிரான் சுக்கு அனுப்பப்பட்டேன். டொரண்டோ பல்கலைக்கழகப் பேரா சிரியர் ஸ்ரீலதா ராமன் அவர்கள் இதைத் திட்டமிட்டு ஒருங் கிணைப்புச் செய்திருந்தார். குரோ அவர்களின் நூல்களைப் பட்டிய லிடும்பொழுது அங்கிருந்த தமிழ் இதழ்களையும் அட்டவணை செய்தேன். அதற்காக இதழ்கள் வைக்கப்பட்டிருந்த அடுக்குகளில் இதழ்களைப் பார்த்துக்கொண்டிருந்தபொழுது அந்தத் தொகுப்பில் The Ardra என்று தலைப்பிடப்பட்டிருந்த இதழ்களைக் கண்டேன். 1933ஆம் ஆண்டில் தமிழையும் சமஸ்கிருதத்தையும் ஒப்பிட்டு ஆய்வுசெய்யவும் அவற்றின் சிறப்புகளை வெளியிடவும் இந்த இதழ் யாழ்ப்பாணத்தில் தொடங்கப்பட்டிருந்தது. தமிழரல்லாதவர்களுக் காக ஆங்கிலத்தில் சமஸ்கிருதத்தையும் தமிழையும் ஆராய்ச்சி செய்து இந்த இதழில் கட்டுரைகள் எழுதப்பட்டிருந்தன. இதழ் தொடங்கப்பட்ட காலம் முதற்கொண்டே தமிழரின் தொன்மையையும் பண்பாட்டையும் வெளிப்படுத்தும் புறநானூறும் பி.சா. சுப்பிர மணிய சாஸ்திரியால் ஆங்கிலத்தில் மொழிபெயர்க்கப்பட்டுத் தொடர்ச்சியாக வெளியிடப்பட்டிருந்தது. அதுவரை சுப்பிரமணிய சாஸ்திரியை வடமொழி அறிஞராகவும் தொல்காப்பிய உரை யாசிரியராகவும் மொழிபெயர்ப்பாசிரியராகவும் மட்டுமே அறிந்து வைத்திருந்த எனக்கு இது வியப்பையும் மகிழ்ச்சியையும் ஒரு சேரத் தந்தது. இந்த இதழ்கள் குறித்து குரோ அவர்களிடம் தெளிவு களைப் பெற்றுக்கொண்டு, அவரது அனுமதியோடு இதழில் புற நானூற்றுப் பகுதியை ஒளிப்படி எடுத்துக்கொண்டேன். அப்பொழுது

மனதில் உதித்ததுதான் இந்தத் தொகுப்பிற்கான முயற்சி. பேராசிரியரிடம் இருந்த இதழ்த் தொகுப்பில் புறநானூற்றின் முதல் 20 செய்யுள்கள் மட்டுமே மொழிபெயர்க்கப்பட்டிருந்தன. எனவே மீதமுள்ள செய்யுள்கள் மொழிபெயர்க்கப்பட்டு வெளியிடப்பட்டிருக்குமா என்று அறியும் முயற்சியில் இலங்கையில் இருக்கும் நண்பர்களிடம் விசாரித்தும் நேரடியாகச் சென்று நூலகங்களில் தேடியும் எந்தப் பலனும் கிட்டவில்லை. இதனாலேயே கிட்டத் தட்ட ஐந்து ஆண்டுகள் கழித்துத் தாமதமாக இத்தொகுப்பு வெளி வருகிறது.

I

இருபதாம் நூற்றாண்டின் தொடக்க காலங்களில் சமஸ்கிருதத்திலும் தமிழிலும் ஆழ்ந்த புலமை பெற்று இலக்கண இலக்கிய ஆய்விலும் ஆங்கில மொழிபெயர்ப்பிலும் ஈடுபட்ட அறிஞர்கள் வெகு சிலரே. ஏழ்மையான குடும்பத்தில் பிறந்தும் தனது கடின மான உழைப்பால் சமஸ்கிருதம், ஆங்கிலம், தமிழ் என மும்மொழி யிலும் திறன் பெற்று மொழி ஆராய்ச்சியில் ஈடுபட்டவர் பி.சா. சுப்பிரமணிய சாஸ்திரி. சமஸ்கிருதத்திலும் தமிழிலும் இணையான பற்றுக் கொண்டிருந்தாலும் அவரது ஆய்வுகளில் சமஸ்கிருதத்தின் தாக்கம் மிகுதியாக இருந்த காரணத்தால் தமிழ் ஆய்வுலகில் அதிகம் கவனம் பெறாதவராகவே இருந்தவர். தமிழ், சமஸ்கிருத இலக்கணத்தை ஒப்பிட்டு ஆய்வு செய்தவர்; தமிழின் இலக்கண வளர்ச்சியை வரலாற்றுமுறையில் ஆய்வு செய்தவர்; தொல்காப்பியம் முழுமையையும் முதன்முதலில் ஆங்கிலத்தில் மொழிபெயர்த்தவர் எனப் பல நிலைகளில் தமிழ் ஆய்வுலகில் பங்களிப்புச் செய்திருந்தாலும் அவரது ஆய்வுகள் அதிகம் கவனம் பெறவில்லை. சாஸ்திரியின் இலக்கண ஆய்வுகள் பெரும்பாலும் ஆங்கிலத்தில் வெளியானதும் இதற்குக் காரணமாக இருக்கலாம். சென்னைப் பல்கலைக்கழகத் தமிழ்ப் பேரகராதித் திட்டத்தில் துணைப் பதிப்பாசிரியராகப் பணியாற்ற கிடைத்த வாய்ப்பே தமிழ் ஆய்வுலகத்திற்குள் சாஸ்திரியை வரவழைத்துள்ளது. 1926இல் தமிழ்ப் பேரகராதித் திட்டத்தில் சேர்ந்த பிறகு தொடர்ச்சியாக Journal of Oriental Research, Madras மற்றும் செந்தமிழ்

இதழ்களில் கட்டுரைகளை எழுதத் தொடங்கியுள்ளார். இந்தக் காலகட்டத்தில்தான் சாஸ்திரி புறநானூற்றில் சில செய்யுள் களுக்குத் தமிழில் உரை எழுதியுள்ளார்; சில செய்யுள்களை ஆங்கி லத்திலும் மொழிபெயர்த்துள்ளார்.

பி.சா. சுப்பிரமணிய சாஸ்திரி 1890ஆம் ஆண்டு ஜூலை மாதம் 29ஆம் நாள் அன்றைய திருச்சியிலிருந்த பாலகிருஷ்ணம்பட்டி கிராமத்தில் சுவாமிநாத சாஸ்திரி, மங்களம்மாள் ஆகியோருக்கு மூத்த மகனாகப் பிறந்தார். திருச்சி நேஷனல் உயர்நிலைப் பள்ளியில் பள்ளிப்படிப்பும் திருச்சி எஸ்.பி.ஜி. (இன்றைய பிஷப் ஹீபர் கல்லூரி) கல்வி நிலையத்தில் இளங்கலைக் கணிதவியலும் பயின்றார். பிறகு திருச்சி நேஷனல் மேல்நிலைப் பள்ளியிலேயே சிறிது காலம் பணியாற்றினார். சாஸ்திரியின் குடும்பம் மரபான சமஸ்கிருதப் பண்டிதக் குடும்பம். எனவே சாஸ்திரிக்கும் சமஸ் கிருதத்தில் ஆர்வம் ஏற்பட்டது. சமஸ்கிருதம் படிப்பதற்காகத் திருவையாறு சென்றார். அங்கு தனது பொருளாதாரத் தேவையைப் பூர்த்தி செய்துகொள்ள மத்திய மேல்நிலைப் பள்ளியில் (Central high school) ஆசிரியராகச் சேர்ந்து பணியாற்றிக்கொண்டே சமஸ்கிருதப் பண்டிதர்களான நீலகண்ட சாஸ்திரியிடமும் பேராசிரியர் குப்பு சாமி சாஸ்திரியிடமும் மகாமகோபாத்யாய சின்னசுவாமி சாஸ்திரி யிடமும் சமஸ்கிருதம் பயின்றார். சமஸ்கிருதம் பயில எந்தக் கல்விச் சாலையிலும் சேராமல் தன்னிச்சையாகத் தனது ஆர்வம் காரணமாக மேற்கண்ட பண்டிதர்களிடம் பயின்று 1914ஆம் ஆண்டு தனிப்பட்ட முறையில் பல்கலைக்கழகத் தேர்வெழுதி முது கலைப் (M.A.) பட்டம் பெற்றார். இதைத் தொடர்ந்து சென்னை சைதாப்பேட்டையிலிருந்த ஆசிரியர் பயிற்சிப் பள்ளியில் பயின்று பிறகு 1916ஆம் ஆண்டு தான் படித்த பள்ளியான திருச்சி நேஷனல் உயர்நிலைப் பள்ளியிலேயே ஆசிரியராகச் சேர்ந்தார். இங்கு சேர்ந்த ஒரு வருடத்தில் சமஸ்கிருதம் பயிற்றுவிக்க திருச்சி எஸ். பி.ஜி கல்லூரியில் வாய்ப்புக் கிடைக்க பள்ளி ஆசிரியரிலிருந்து நேரடியாக சமஸ்கிருத விரிவுரையாளரானார். மிக விரைவிலேயே தனது சமஸ்கிருதப் புலமை காரணமாகப் பேராசிரியராக உயர்ந்தார்.

சமஸ்கிருதம் பயிற்றுவிக்கும்பொழுது தமிழையும் பயிற்று விக்கும் வாய்ப்பு சாஸ்திரிக்கு ஏற்பட்டது. இதன் காரணமாக சமஸ்கிருதத்தையும் தமிழையும் ஒப்பிட்டு ஆய்வு செய்தார்.

மாணவர்களுக்கு கால்டுவெல்லின் ஒப்பிலக்கணத்தைப் பயிற்று வித்தார். மேலும் தமிழ் இலக்கணத்தைக் குறிப்பாகத் தொல்காப்பி யத்தைப் பாடம் நடத்தினார். தொல்காப்பியத்திற்கு அதுவரை எழுதப்பட்டிருந்த உரையாசிரியர்களின் உரைகளை ஊன்றிப் பயின்றார். தனக்கு ஏற்கெனவே இருந்த சமஸ்கிருத இலக்கணப் புலமையின் துணையால் பாணினி இலக்கணத்திற்கும் தொல் காப்பியத்திற்கும் இருந்த ஒற்றுமை வேற்றுமைகளைப் பற்றி ஆய்வு செய்தார். தமிழ் சமஸ்கிருத இலக்கணம் குறித்த தன் ஆய்வு முடிவுகளைக் கட்டுரைகளாக எஸ்.பி.ஜி. கல்லூரி மலரில் தொடர்ச்சியாக ஆங்கிலத்தில் எழுதினார். இவரது இந்த எழுத்துகளே அறிஞர்களின் கவனத்தைப் பெற்று சாஸ்திரியைத் தமிழ்ப் பேரகராதித் திட்டத்தில் கொண்டு சேர்த்தது.

சாஸ்திரி தமிழ்ப் பேரகராதித் திட்டத்தில் சேர்ந்தபொழுது மு. இராகவையங்கார், வை.மு. கோபாலகிருஷ்ணமாச்சாரியார், வி.எஸ். வரதராஜ ஐயர் முதலான அறிஞர்கள் இத்திட்டத்தில் பணியாற்றிக்கொண்டிருந்தனர். எஸ். வையாபுரிப்பிள்ளை தலை மைப் பதிப்பாசிரியராகப் பொறுப்பேற்றிருந்தார். சாஸ்திரியின் சமஸ்கிருத குருவான பேராசிரியர் குப்புசாமி சாஸ்திரி மாநிலக் கல்லூரியில் பணியாற்றிக்கொண்டிருந்தார். இந்தச் சூழலிலேயே சாஸ்திரி தமிழ் ஆராய்ச்சியில் நேரடியாகத் தன்னை ஈடுபடுத்திக் கொண்டார். மு. இராகவையங்காருடனும் கோபாலகிருஷ்ண மாச்சாரியாருடனும் தொல்காப்பியத்தை ஆழமாகப் பயின்றார். மேலும் மதுரை செந்தமிழ்க் கல்லூரிக்குச் சென்று நாராயணை யங்காரிடமும் சேதுபதி சமஸ்தானத்தில் இருந்த இரா. இராக வையங்காரிடமும் தொல்காப்பியம் பயின்றார். தொல்காப்பியம் முதலான பழந்தமிழ் இலக்கணத்தில் மட்டுமல்லாமல் தமிழில் உள்ள பிற இலக்கண நூல்களையும் வரலாற்று நிலையில் பயின்று தமிழ் இலக்கணத்தின் வளர்ச்சி மாற்றங்களை ஆராய்ச்சி செய்தார். ஏற்கெனவே அவருக்கிருந்த சமஸ்கிருதப் புலமையையும் தமிழில் கிடைத்த ஆழ்ந்த அறிவையும் கொண்டு யாருடைய வழிகாட்டு தலுமில்லாமல் தன் சுய முயற்சியில் சென்னைப் பல்கலைக் கழகத்தில் 'History of Grammatical theories in Tamil and their relation to Grammatical literature in Sanskrit' என்னும் ஆய்வேட்டை முனைவர் பட்டத்திற்காக 1930இல் சமர்ப்பித்தார். ஜூல்ஸ்

பிளாஷ் (Jules Bloch), ஆர்.எல். டர்னர் (R.L. Turner), எல்.டி. பார்னட் (L.D. Barnett) முதலான மொழியியலாளர்களால் இந்த ஆய்வேடு மதிப்பீடு செய்யப்பட்டு அவர்களால் மிக உயர்வாக அங்கீகரிக்கப்பட்டது. சென்னைப் பல்கலைக்கழகத்தின் முதல் முனைவர் பட்ட மாணவராகத் தேர்ச்சி பெற்று முனைவர் பட்டத் தைப் பெற்றார் சாஸ்திரி. இந்த ஆய்வேடு தொடர்ச்சியாக Journal of Oriental Research ஆய்விதழில் வெளியாகிப் பிறகு 1934ஆம் ஆண்டில் நூலாக வெளியிடப்பட்டது. முனைவர் பட்டப் பேற்றிற் காகச் சென்னைப் பல்கலைக்கழகத்தில் சமர்ப்பிக்கப்பட்ட இந்த ஆய்வேடு பல்கலைக்கழகத்தின் முதல் முனைவர் பட்ட ஆய் வேடாக மட்டுமல்லாமல் தமிழ் சமஸ்கிருத இலக்கணங்களை ஒப்பிட்டு ஆய்வு செய்து வரலாற்று முறையிலான வளர்ச்சியையும் மாற்றங்களையும் வெளிப்படுத்திய முதல் ஆய்வாகவும் இது அமைந்தது. மேற்குறிப்பிட்ட தனது ஆராய்ச்சியில் தமிழ் இலக்கியங்கள் மட்டுமல்லாமல் தமிழ்க் கல்வெட்டுகளையும் தமிழ் பற்றி ஆங்கிலம், பிரஞ்சு முதலான மொழிகளில் எழுதப்பட்டுள்ள ஆராய்ச்சிகளையும் ஆய்வுக்கு உட்படுத்தியிருந்தார் சாஸ்திரி.

தொல்காப்பியத்தின் முக்கியத்துவத்தை உணர்ந்த சாஸ்திரி தொல்காப்பியம் முழுமைக்குமான எளிய உரையைத் தமிழிலும் (1930-1945) தமிழ் அல்லாத பிற மொழியாளர்களும் எளிதில் உணர ஆங்கிலத்தில் மொழிபெயர்த்தும் (1930-1956) வெளியிட் டார். தொல்காப்பியத் தமிழ் உரையிலும் மொழிபெயர்ப்பிலும் தொல்காப்பிய உரைகளை ஒப்பிட்டு ஆராய்ச்சி செய்து தனது உரையை எழுதியிருந்தார். சொல்லதிகாரம், எழுத்ததிகாரங்களுக் கான உரை ஒப்பீடு, உரைகளுக்கிடையிலான நுட்பமான பார்வை, பாடங்களுக்கிடையே காணப்படும் வேறுபாடுகள், உரை வேறு பாடுகள் என அனைத்தையும் இவ்வுரையிலும் மொழிபெயர்ப் பிலும் தந்துள்ளார். இதே காலகட்டத்தில் தமிழ் இலக்கண மரபை எளிய தமிழ் நடையில் அனைவரும் புரிந்துகொள்ளும் வண்ணம் விளக்கி 1936ஆம் ஆண்டு 'தமிழ் மொழி நூல்' என்னும் நூலை வெளியிட்டார். இதற்கு அடுத்த ஆண்டே (1937) தொல்காப்பிய எழுத்ததிகாரத்திற்கான தமிழ் உரையையும் வெளியிட்டார். இதனிடையே சமஸ்கிருத நூல்களுக்கான பணியையும் அவர் தொடர்ந்து செய்துகொண்டிருந்ததும் குறிப்பிடத்தக்கது. திருக் குறளுக்கான பாலருரை (1939, 1949), சமஸ்கிருத த்வந்யாலோகம்

என்னும் இலக்கண நூலைத் தமிழில் தொனி விளக்கு என மொழிபெயர்த்தது (1944), தமிழ் சமஸ்கிருத ஒப்பீடு (1946), தமிழில் வடமொழிக்கான வரலாற்றை முதன்முதலில் எழுதியமை (1946) எனத் தமிழிலும் சமஸ்கிருதத்திலும் தொடர்ச்சியாகப் பணியாற்றிக்கொண்டிருந்தார் (சமஸ்கிருதத்திற்கான அவரது பங்களிப்புகள் இங்கு விரிவாக எழுதப்படவில்லை).

இக்காலகட்டத்தில் தமிழ் தெரியாத பிறமொழியினர் தமிழின் வளர்ச்சி வரலாற்றையும் அதன் மொழியமைப்பையும் எளிதில் கற்பதற்கான வரலாற்று முறையிலான பயிற்சிநூல் ஒன்றை உருவாக்கினார். 1945ஆம் ஆண்டு வெளியான இந்நூலுக்கு 'Historical Tamil Reader' எனப் பெயரிட்டார். இதில் சங்க இலக்கியம் தொடங்கி 19ஆம் நூற்றாண்டு இலக்கியம் வரையிலான பாடல்களைத் தேர்ந்தெடுத்து அவற்றைத் தமிழ் எழுத்திலும், ரோமன் எழுத்திலும் தந்து பிறகு அதற்கான ஆங்கில மொழிபெயர்ப்பையும் தந்துள்ளார். மேலும் ஒவ்வொரு செய்யுள் குறித்தும் விரிவான விளக்கங்களையும் எழுதியுள்ளார். இந்த விளக்கங்கள் இலக்கண நிலையிலான மாற்றங்களையும் இலக்கிய அழகியலையும் வெளிப்படுத்துவதாக அமைந்துள்ளன. தமிழ் கற்பவர்களுக்கான இத்தகைய மூன்று நிலையிலான பயிற்சி நூலை இவருக்குமுன் யாரும் உருவாக்கவில்லை. மேலும் இந்நூலில் தமிழின் வளர்ச்சியைப் புரிந்துகொள்ள தமிழ் இலக்கியம் மட்டும் பயின்றால் போதாது, கல்வெட்டுகளையும் செப்பேடுகளையும் பயில வேண்டும் என்ற நோக்கில் சில தமிழ்க் கல்வெட்டுப் பகுதிகளையும் அவற்றுக்கான மொழிபெயர்ப்போடு தந்துள்ளார். இவை அனைத்தையும் வரலாற்று முறையில் அடுக்கி, தமிழின் வரலாற்று வளர்ச்சியை வெளிப்படுத்துவதாக இந்த நூலை உருவாக்கினார். 1942 – 1947 காலகட்டத்தில் அண்ணாமலைப் பல்கலைக்கழகத்தில் சமஸ்கிருதப் பேராசிரியராகப் பணியாற்றிக்கொண்டிருந்தபொழுது இப்பணியைச் சாஸ்திரி செய்துள்ளார்.

1947இல் அண்ணாமலைப் பல்கலைக்கழகத்திலிருந்து ஓய்வு பெற்ற பிறகு சங்க நூல்களில் காணப்படும் வைதிகம் தொடர்பான தகவல்களைத் திரட்டி அவற்றைச் சமஸ்கிருத மூலத்தோடு ஒப்பிட்டு விரிவான ஆய்வொன்றை 1951ஆம் ஆண்டு 'சங்க நூல்களும் வைதிக மார்க்கமும்' என்னும் தலைப்பில் வெளியிட்டார்.

தொல்காப்பியம் முழுவதையும் ஆங்கிலத்தில் மொழிபெயர்த்த பிறகு பதஞ்சலியின் யோகம் சார்ந்து தனது முழு கவனத்தையும் செலுத்தியுள்ளார். இதன் பிறகு அவரது இறுதிக் காலம் வரை தமிழில் எதுவும் எழுதியதாகத் தெரியவில்லை.[1]

சாஸ்திரியின் வாழ்க்கையைச் சுருக்கமாகக் கீழ்க்காணுமாறு பட்டியலிடலாம்:

- *1912 – 14 & 1915 – 16:* உதவிக் கணித ஆசிரியர், சென்ட்ரல் ஹை ஸ்கூல், திருவடி
- *1914 – 1915:* உதவியாளர், நேஷனல் ஹை ஸ்கூல், திருச்சி
- *1917 – 1926:* கீழைத்தேய பிரிவுக்கான பேராசிரியர், எஸ்.பி.ஜி, கல்லூரி, திருச்சி
- *1926 – 1932:* துணைப் பதிப்பாசிரியர், தமிழ்ப் பேரகராதி, சென்னைப் பல்கலைக்கழகம்
- *1932 – 1942:* தாளாளர், சமஸ்கிருத தமிழ்க் கல்விக்கான அரசர் கல்லூரி *(Raja's college)*, திருவடி
- *1942 – 1947:* சமஸ்கிருதப் பேராசிரியர், அண்ணாமலைப் பல்கலைக்கழகம், அண்ணாமலை நகர்

மேற்குறிப்பிட்ட சுருக்கமான பட்டியல் மூலம் ஒன்றைத் தெளிவாகச் சொல்லமுடியும்: தமிழ்ப் பேரகராதியில் துணைப் பதிப்பாசிரியராகப் பொறுப்பேற்றதிலிருந்தே சாஸ்திரி தமிழ் ஆய்விலும் சமஸ்கிருத தமிழ் ஒப்பாய்விலும் தொடர்ச்சியாக ஈடுபட்டுள்ளார். இந்தக் காலகட்டத்திலேயே புறநானூற்றுக்கான உரையைத் தமிழில் எழுதத் தொடங்கியுள்ளார். எனினும் அவரது புறநானூற்று உரை, கடவுள் வாழ்த்து தவிர்த்து, 2ஆம் செய்யுள் தொடங்கி 16ஆம் செய்யுளோடு நிறைவு பெற்றுள்ளது. 12ஆம்

---

1 *சாஸ்திரியின் வரலாற்றுத் தகவல்கள் தொல்காப்பிய ஆங்கில மொழிபெயர்ப்பில் பேராசிரியர் காமாட்சிநாதன் எழுதியதிலிருந்து தொகுக்கப்பட்டது.* (P.S. Subrahmanya Sastri, 2002, Tolkappiyam, the earliest extant Tamil grammar with a short commentary in English, vol II, porulatikaram, Chennai: The Kuppuswami Sastri research Institute, second edition.)

செய்யுளுக்கு உரை எழுதவில்லை. எனவே சாஸ்திரியால் உரை எழுதப்பட்ட புறநானூற்றுச் செய்யுள்களின் மொத்த எண்ணிக்கை 14. 1930ஆம் ஆண்டு தொடங்கி 1931ஆம் ஆண்டு வரை ஓராண்டு காலத்தில் செந்தமிழ் இதழில் (தொகுதிகள் 28:9; 29:1,3,9,11) 'புறநானூற்றுக் குறிப்பு' என்னும் தலைப்பில் இந்த உரையை அவர் எழுதியுள்ளார்.

சாஸ்திரி புறநானூற்றுக்கு உரை எழுதுவதற்கு முன்பு முக்கிய மான ஒரு நிகழ்வு நடந்தேறியது. கே.என். சிவராஜபிள்ளை புறநானூற்றில் இடம்பெற்றுள்ள 'உந்து' என்னும் விகுதியின் வருகையையும் சொல்லமைப்பையும் தொல்காப்பியத்தோடு அது கொண்டுள்ள தொடர்பையும் அடிப்படையாகக் கொண்டு புற நானூற்றின் காலத்தை அறுதியிட்டார். இது நிகழ்ந்த ஆண்டு 1929. சென்னைப் பல்கலைக்கழகத்தால் 'உந்து என்னும் இடைச்சொற் பிரயோகம் அல்லது புறநானூற்றின் பழைமை' என்னும் தலைப்பில் வெளியிடப்பட்ட இந்நூல் வெளிவந்த பிறகு சுப்பிர மணிய சாஸ்திரி அந்நூல் குறித்த தனது விமர்சனத்தை 1930இன் தொடக்கத்தில் செந்தமிழில் வெளியிட்டார். இதன் பிறகே புறநானூற்றுக்குத் தான் ஒரு உரைவிளக்கம் எழுத வேண்டும் என்ற எண்ணம் அவருக்கு எழுந்திருக்க வேண்டும். இதனாலேயே தனக்கிருந்த சமஸ்கிருதக் கல்வியின் பின்னணியிலும் தொல் காப்பியப் பயிற்சியின் அடிப்படையிலும் புறநானூற்றுப் பாடல் களுக்கான உரையை 1930இன் நடுப்பகுதியில் செந்தமிழில் எழுதத் தொடங்கினார். சாஸ்திரி எழுதிய அந்தக் கட்டுரையும் அதற்கு மறுப்பாக வந்த கட்டுரையும் இந்த நூலின் பின்னிணைப்பில் தரப்பட்டுள்ளன. சில செய்யுள்களுக்கு மட்டும் புறநானூற்றுக் கான உரையை எழுதிய பிறகு சாஸ்திரி அதைத் தொடரவில்லை. இதற்குக் காரணமும் என்ன என்று தெளிவாக விளங்கவில்லை. எனினும் இதே காலகட்டத்தில் சாஸ்திரி தொல்காப்பியத்திற்கான உரை, அதன் மொழிபெயர்ப்பு, தமிழ் இலக்கண நூல் எழுதுதல் எனப் பல பணிகளில் தன்னை ஈடுபடுத்திக்கொண்டிருந்தார். திருவடி அரசர் கல்லூரியில் தாளாளராகவும் பொறுப்பேற்றிருக் கிறார். இத்தகைய காரணங்களால் புறநானூற்றுக்கு முழுமையான உரையை அவரால் எழுத இயலவில்லை எனக் கருதலாம். யாழ்ப் பாணத்திலிருந்து 1933ஆம் ஆண்டு முதல் 'ஆதிரை முதல்வன்'

(The ARDRA) என்னும் ஆங்கில இதழ் வெளிவரத் தொடங்கியது. இதில் 'The Critical Study of Purananuru' என்னும் தலைப்பில் புறநானூற்றுக்கு ஆங்கிலத்தில் உரையையும் விளக்கத்தையும் எழுதத் தொடங்கினார். புறநானூற்று 2ஆம் செய்யுள் முதலாக 20ஆம் செய்யுள் வரைக்குமான மொழிபெயர்ப்பு இதில் வெளி வந்துள்ளது (The Ardra, vol. 1:1,2,4,5,6; 2:1,2 & 3; 3:1,2). எனினும் இந்த முயற்சியும் சில செய்யுள்களோடு நின்றுவிட்டது. இதற்குக் காரணமும் என்ன என்பது விளங்கவில்லை. எனினும் அவருக்கு இருந்த பணிச்சுமையே இதற்குக் காரணமாக இருக்க இயலும் என்று அமைதி கூறலாம். தமிழில் புறநானூற்றின் 12ஆம் செய்யுள் நீங்கலாக 2இலிருந்து 16ஆம் செய்யுள் வரையிலான 14 செய்யுள்களுக்கு உரை எழுதியிருக்க, புறநானூற்றின் 2ஆம் செய்யுளிலிருந்து 20ஆம் செய்யுள் வரையிலான 19 செய்யுள்களை ஆங்கிலத்தில் மொழிபெயர்த்துள்ளார். புறநானூற்றுச் செய்யுள்கள் தமிழிலும் ஆங்கிலத்திலும் வெளிவந்துள்ளதால் இரண்டிலும் எழுதப்பட்டுள்ள விளக்கங்களை ஒப்பிட்டு சாஸ்திரியின் அணுகுமுறையை ஆராய ஏதுவாக இவை அமைந்திருக்கின்றன.

II

உ.வே. சாமிநாதையர் 1894ஆம் ஆண்டு புறநானூற்றைப் பதிப்பித்த பிறகு புறநானூறு பற்றியும் அதன் முக்கியத்துவம் பற்றியும் தமிழ்ச் சமூகத்திற்குத் தெரியத் தொடங்கியது. தமிழ்ச் சமூகத்தின் பழமை, அதன் பண்பாட்டுப் பெருமை, தென்னிந்தியாவில் தமிழின் பரப்பு எனப் புறநானூற்றுப் பதிப்பின் பின்னணியில் ஆய்வுகள் நடைபெறத் தொடங்கியிருந்தன. எனினும் பெயர் அறியப்பெறாத முழுமைபெறாத முதல் 266 பாடல்களுக்கான உரையை வைத்தும் மற்ற பாடல்களுக்கான உ.வே.சா.வின் குறிப்புரையை வைத்தும் மட்டுமே இத்தகைய ஆய்வுகள் நடைபெற்றுக்கொண்டிருந்தன. புறநானூற்றுச் செய்யுள்களின் கருத்தை உரையின் துணைகொண்டு பெரும்பாலும் அப்படியே உரைக்கருத்தைப் பாடலின் கருத்தாக ஏற்றுக்கொண்டு ஆய்வுகள் தொடர்ந்தன. ஜி.யூ.போப் புறநானூற்றில் தேர்ந்தெடுத்த பாடல்களை மட்டும் ஆங்கிலத்தில் மொழிபெயர்த்து

வெளியிட்டுப் புறநானூற்றைப் பிற மொழி பேசுபவர்களுக்கு அறிமுகப்படுத்தியிருந்தார். எனினும் புறநானூற்றுப் பாடல் களுக்கும் உரைக்குமான தொடர்பு அதுவரை ஆராயப்படவில்லை. கே.என். சிவராஜபிள்ளை புறநானூற்றில் உள்ள தேர்ந்தெடுக்கப் பட்ட சில சொற்களுக்கு மட்டும் உரைக்கும் பாடலுக்குமான தொடர்பை ஆராய்ந்தார். எனினும் அக்கட்டுரைகள் அனைத்தும் ஒரு தொகுப்பாக அவர் இறந்த பிறகே, 1968ஆம் ஆண்டு, சிவராஜபிள்ளை நினைவு மன்றக் கழகத்தாரால் ஒரு நூலாக வெளியிடப்பட்டது. இந்தச் சூழ்நிலையில்தான், புறநானூற்றின் இரண்டாம் பதிப்பு 1923ஆம் ஆண்டு வெளிவந்த பிறகு அதை அடிப்படையாகக்கொண்டு தமிழில் புறநானூற்றுக்கான உரை விளக்கத்தை சாஸ்திரி எழுதினார். புறநானூற்றுக்கான உரையை எழுதுவதற்குப் புறநானூற்று ஓலைச்சுவடி எதையாவது ஒப் பிட்டுப் பார்த்தாரா என்பதற்கு ஆதாரம் எதுவும் கிடைக்கவில்லை.

சாஸ்திரியின் புறநானூற்று உரை விளக்க முறையைக் கீழ்க்காணுமாறு பட்டியலிடலாம்:

- உரையின் தொடக்கத்தில் செய்யுளின் பொருளைச் சுருக்கமாகச் சில வரிகளில் எழுதுதல்.
- ஆராய வேண்டிய பகுதியை மட்டும் தேர்ந்தெடுத்து அதற்கான பொருளையும் விளக்கத்தையும் ஒப்பிட்டு ஆராய்ந்து எழுதுதல்
- செய்யுளோடு பொருந்தாத உரையாக இருந்தால் அந்த உரையை மறுத்தல்; மறுத்ததற்கான காரணத்தையும் விளக்குதல்.
- செய்யுளோடு உரை பொருந்தும் இடங்களில் உரை பொருந்தும் விதத்தை விவாதித்தல்; விளக்குதல்.
- தொல்காப்பிய இலக்கண மரபுப்படி மட்டும் புறநானூற்றுச் செய்யுள்களை அணுகுதல்.
- செய்யுளின் இலக்கண அமைப்பையும் சொல் பயன் பாட்டையும் அடிப்படையாகக்கொண்டு அச்செய்யுள் எழுதப் பட்ட காலத்தை வரையறுத்தல்.
- செய்யுளின் இலக்கண அமைப்புகளை வரலாற்று முறையில் அணுகுதல்.

- சமஸ்கிருத சாஸ்திரங்களில் சொல்லப்பட்டுள்ள பகுதிகளோடு புறநானூற்றுச் செய்யுள்களை ஒப்பிடுதல். ஒப்பிடும்பொழுது சமஸ்கிருத மரபின்படி புறநானூற்றுச் செய்யுள்களை அணுகுதல்
- சில புறநானூற்றுச் சொற்களுக்குச் சமஸ்கிருத மூலம் காணுதல். சமஸ்கிருத மூலம் உடைய சொற்களைப் புறநானூற்றுச் சொற்களோடு ஒப்பிட்டுக் கிரந்த எழுத்தில் தருதல்
- வேறுபட்ட பாடங்கள் இருந்தால் அந்தப் பாடத்தைக் குறித்து விவாதித்தல்

புறநானூற்று உரையை மறுத்தல் / விவாதித்தல்

செய்யுளுக்கும் உரைக்குமான தொடர்பை மூன்று நிலைகளில் சாஸ்திரி அணுகியுள்ளார். அவை,

- செய்யுளில் பாடம் பயின்றுவந்துள்ள சூழல்
- பாடத்தின் இலக்கண அமைப்பு
- அவற்றுக்குத் தொல்காப்பியம் வகுத்துள்ள முறை

முதலானவற்றை அடிப்படையாகக் கொண்டு ஆராய்ச்சி செய்யும் முறையைப் பின்பற்றியுள்ளார். இந்த வழிமுறையைப் பின்பற்றி சாஸ்திரி புறநானூற்றை எவ்வாறு ஆராய்ந்துள்ளார் என்பதற்குப் புறநானூற்று இரண்டாம் செய்யுளில் இடம்பெற்றுள்ள 'வானவரம்பனை' என்னும் பாடத்தைச் சான்றாகக் கூறலாம். இப்பாடலில் 12ஆம் அடி 'வான வரம்பனை நீயோ பெரும' என அமைந்துள்ளது. இதற்கு உரையாசிரியர், 'வானவரம்ப, பெரும' என்று உரை எழுதியுள்ளார். அதாவது வானவரம்பனை என்னும் சொல்லை விளி என்ற கருத்தின் அடிப்படையில் உரை எழுதி யுள்ளார். எனினும் இதை விளி எனக் கொள்ள இயலாது என சாஸ்திரி கருதுகிறார். அப்பகுதி வருமாறு:

'வானவரம்பனை' என்பதனை விளியாகக்கொண்டனர் இந் நூலுரைகாரர். அவ்வாறாயின் அதற்குப் பிரதியாக 'வானவரம்ப' என்றிருத்தல் வேண்டும். 'அண்மைச் சொல்லிற் ககர மாகும்' *(தொல்.சொல்.131)* என்று ஆசிரியர் தொல்காப்பியனார் கூறியிருத் தலின். அன்றியும், முன்னிலைப்பெயர் விளியேலாமையின் 'வான வரம்பனை' என்பதை முன்னிலையொருமை வினைக்குறிப்பாகக் கொள்ளலாமெனத் தோற்றுகின்றது. 'உடையோய்', 'கொடுத்தோய்'

என்பவற்றை 'உடையான்', 'கொடுத்தான்' என்பவற்றின் விளியாகக் கொண்டு, போற்றார்ப் பொறுத்தல் முதலிய குணங்களையுடையோனே, நன்னாட்டுப் பொருந, நீ வானவரம்பனை, பெரும, பெருஞ்சோற்றுமிகுபதங்கொடுத்தோனே, இனி, நீ நடுக்கின்றி நிலியர் என்று வினைமுடிவு செய்யலாம். அவ்வாறு கொள்ளின் 'நினக்கு நற்குணங்களோடு நன்னாடுஞ் செல்வமுமிருக்கின்றன; கொடையும் இருக்கின்றது; ஆகலின் நடுக்கின்றி நீடு வாழ்வை, இறைவன் அருள்புரிவாராக' என முடிநாகராயர் கூறியதாகும்.'

தொல்காப்பியர் கருத்துப்படி அண்மை விளி அகரத்தை விகுதியாக ஏற்க வேண்டும். ஆனால் இங்கு 'வானவரம்பனை' என்று அகரத்தை ஏற்காமல் 'ஐ' விகுதியைப் பெற்று வந்துள்ளது. எனவே தொல்காப்பியத்தின் அடிப்படையில் இதை விளியாகக் கொள்ள இயலாது என்பது சாஸ்திரியின் கருத்து. மேலும், இது முன்னிலையைக் குறித்து வருவதாலும் தொல்காப்பிய விதிப்படி முன்னிலைப் பெயர் விளி ஏற்காது என்கிற காரணத்தாலும் இதனை முன்னிலை ஒருமை வினைக்குறிப்பாகக் கொள்ளலாம் என்றும் கருத்துரைக்கிறார். இதன் அடிப்படையில் மற்ற அடிகளில் வருகின்ற விளிகளுடன் கூட்டிச் செய்யுள் முழுவதற்கும் சாஸ்திரி உரை எழுதுகிறார். இத்தகைய விளக்கமுறைகள் அனைத்தும் தொல்காப்பியத்தைப் பின்பற்றியே எழுதப்பட்டுள்ளன. எனினும் இந்தச் செய்யுளின் அமைப்புமுறையைப் பார்க்கும்பொழுது இந்த அடி வேறு ஒரு புரிதலையும் தருவதாகப் படுகிறது. அதாவது 'வானவரம்பனை நீயோ பெரும' என்னும் அடியைத் தனித் தொடராகவும் கொள்ள இயலும் எனத் தோன்றுகிறது. விளியாகவோ முன்னிலைப் பெயராகவோ கொள்ளாமல் தனித்தொடராக இதைக் கொண்டால், 'பெரும, நீயே வானவரம்பன்' எனப் பொருள் படுகிறது. இப்படி ஒரே தொடராகக்கொண்டு பொருள் உரைக்கும் பொழுது வானவரம்பன் என்பதைப் பெயராக்கி 'ஐ' விகுதியை அசையாக்கி 'வானவரம்பனை' என்று அமைந்ததாகக் கொள்ளலாம்.

புறநானூற்று உரையாசிரியரின் கருத்தை சாஸ்திரி சில இடங்களில் ஏற்றுக்கொள்கிறார். அவ்வாறு உரையாசிரியரின் கருத்தை ஏற்றுக் கருத்துரைக்கும்பொழுது உரையாசிரியரின் கூற்றை மெய்ப்பிக்க சாஸ்திரியும் பல்வேறு காரணங்களை அடுக்குகிறார். உரையாசிரியரின் கருத்தைத் தான் ஏற்றுக்கொண்டாலும் அந்தக் கருத்து

மேலும் விளக்கப்பட வேண்டும் என்று கருதும் இடங்களில் சாஸ்திரி இத்தகைய விளக்கங்களைத் தருகிறார். சான்றாக மூன்றாவது செய்யுளில் ‘எயிறுபடையாக எயிற்கதவிடாஅ’ என்னும் அடியில் ‘இடாஅ’ என்பதற்கான பொருளை விவரிக்கும்பொழுது இத் தகைய முறையைப் பின்பற்றியுள்ளார்.

உரையாசிரியரின் கருத்தை மறுத்துத் தனது கருத்தை வலி யுறுத்துமிடங்களும் உள்ளன. புறநானூற்று மூன்றாம் செய்யுளில் ‘உயவரிய’ என்னும் சொல்லுக்கு உரையாசிரியர் ‘பொறுத்தற்கரிய உயங்குதலையுடைய’ என்று உரை எழுதியுள்ளார். அதாவது ‘தாங்க இயலாத வருத்தத்தைத் தருகிற’ என்று பொருள்படுமாறு உரை எழுதியுள்ளார். இதற்கு மாற்றாக ‘பிழைக்கும் சாதனம் இன்மையை உடைய’ என்று பொருள் கொள்ளலாம் என்று ஒருவர் குறிப்பிடுவதாகக் கூறுகிறார். அதாவது ‘(துன்பத்திலிருந்து) தப்பிப்பதற்கான வழி எதுவும் இல்லாத’ என்று பொருள்படுகின்றது. நெய்தல்கலியில், ‘உய்யா வருநோய்க்கு உயவாகும்’ *(139:18)* என்ற அடிக்கு உரை எழுதும்பொழுது நச்சினார்க்கினியர், ‘பிழை யாமைக்குக் காரணமான அரிய காம நோய்க்குப் பிழைக்கும்படி’ என்று எழுதியுள்ளார். இங்கு உயவு என்னும் பெயர்ச்சொல் ‘(துன்பத்திலிருந்து) பிழைத்தல்’ என்னும் பொருளில் வந்துள்ளது. தமிழ்ப் பேரகராதியும் இதற்கு ‘உயிர்பிழைக்கச் செய்யும் வழி’ என்று பொருள்தந்து மேலே குறிப்பிட்ட கலித்தொகைச் செய்யுளை மேற்கோளாகக் காட்டியுள்ளது. இதன் பின்னணியில் ‘உயவு அரிய’ என்ற சொல்லுக்கு ‘உயிர் பிழைத்துக் கடப்பதற்கு அரிதான’ என்றும் பொருள் கொள்ளலாம். இங்கு ‘சொன்னவர் யார்’ என்று வெளிப்படையாகச் சொல்லாமல் ‘ஒரு பெரியார்’ எனப் பொதுவாக எழுதியுள்ளார் சாஸ்திரி. இங்கு குறிக்கப்படுபவர் யார் என்பது தெரியவில்லை. எனினும் அவரது கருத்தை ஏற்றுக்கொண்டு ‘இக்கருத்துப் பொருந்தும் எனத் தோன்றுகிறது’ என சாஸ்திரி குறிப்பிடுகிறார்.

உரையாசிரியர் கருத்துக்கு மாற்றாகப் புதிய கருத்தை வலி யுறுத்தும்போக்கும் சாஸ்திரியின் உரையில் வெளிப்படுகிறது. நான்காம் செய்யுளில் ‘தாள், களங்கொளக் கழல்பறைந்தன கொல்ல் லேற்றின் மருப்புப் போன்றன’ என்னும் அடியில் உவமையை

உவமிக்கும்பொழுது கழலையும் மருப்பையும் உரையாசிரியர் உவமித்திருக்கிறார். எனினும் இந்த உவமை செய்யுளின் பொருளை முழுமையாக வெளிப்படுத்தவில்லை என்று சாஸ்திரி கருதுகிறார். இதற்கு மாறாக,

'செய்யுளின்போக்கை நோக்கின் கழல்பறைந்தன என்பதை மறுப்பட்டன, துளைதோன்றுவ என்பனவற்றைப் போல் ஒரு மொழியாக்கி அதனைத் தாளின் செயலாகக்கொண்டு கழல் பறைந்த தாள் கொல்லேற்றின் மருப்புப்போன்றன என்று கூறலாமோ என... தோன்றுவதாக' கூறி, 'இஃது அறிஞர் ஆராயத்தக்கது' என்று எழுதியுள்ளார். சாஸ்திரியின் கருத்துப்படி கழல் மருப்பிற்கு உவமையாகாமல் தாளுக்கு உவமையாகும். இவ்வாறு செய்யுளை அணுகும்பொழுது கழல்பறைந்தன என்னும் சொல்லை இரு மொழியாகக் கொள்ளாமல் ஒருமொழியாகக் கொள்ள வேண்டும் என்று கருதுகிறார். இச்செய்யுளில் வரும் வினைமுற்றுகளையும் உவமிக்கும் பொருள்களையும் கீழ்க்கண்டவாறு வகைப்படுத்தலாம்:

மறுப்பட்டன – வாள் – செவ்வானத்து வனப்பு

கழல்பறைந்தன – தாள் – ஏற்றின் மருப்பு

துளைதோன்றுவ – தோல் – இலக்கம்

செய்யுளில் பெயர்ச்சொல்லுக்கான உவமையாக உவமிக்கப்படும் பொருள் பயன்படுத்தப்பட்டிருக்கிறது. எனினும் உரையாசிரியர் கழலை உவமிக்கப்படும் பொருளாகக் கொண்டு கழலையும் மருப்பையும் உவமித்துள்ளார். இது செய்யுளின் பொருளை முழுவதுமாக வெளிப்படுத்தவில்லை. சாஸ்திரியின் கருத்துப்படி காளையின் மருப்பு தாளைத் தான் உவமிக்கிறது; செய்யுளின் போக்கும் அதையே உறுதிசெய்கிறது. இங்கு சாஸ்திரியின் கருத்தே செய்யுளோடு பொருந்திவருகிறது.

உரையாசிரியர் ஒரு பாடத்திற்கு மற்றொரு பாடம் இருந்தால் அந்தப் பாடத்தைச் செய்யுளின் இறுதியில் குறிப்பிட்டு அதற்கான விளக்கத்தையும் சில இடங்களில் தருகின்றார். அவ்வாறு வேறு பாடங்கள் வரும் இடங்களில் சாஸ்திரி கூடுதலாகச் சில விளக்கங்களைத் தந்து மாறுபட்ட பாடம் செய்யுளில் ஏற்படுத்தும் கருத்து மாற்றங்கள் குறித்தும் விவாதிக்கிறார். சான்றாக புறம். 4இல் கழல் பறைந்தன என்பதற்குப் பதிலாகக் 'கழல் பறிந்தன' என்னும்

பாடமும் வழக்கத்தில் இருந்துள்ளதை உரையாசிரியர் குறிப்பிடு கின்றார்; 'கழல் பறிந்தன என்றோதி, வீரக்கழல் நீங்கியவையென்று உரைப்பாருமுளர்' என்று விளக்கமும் தருகின்றார். இதற்குக் கூடுதல் விளக்கம் தர முனைந்த சாஸ்திரி,

'கழல் பறிந்தன என்று வேறுபாடமுங் கூறுகின்றனர் உரைகாரர். கழல் காலைவிட்டு நீங்கியிருப்பின் பறிந்தன என்ற பாடத்தைக் கொள்ளல்வேண்டும். அப்போது தாள் புண் தெறித்த கொம்புக்கு உவமிக்கப்படும். கழல் காலைவிட்டு நீங்காது அருப்புத் தொழில் மழுங்கியிருப்பின் பறைந்தன என்ற பாடத்தைக் கொள்ளல் தகும். அப்போது தாள் மழுங்கிய புணையுடைய கொம்புக்கு உவமிக்கப்படும்' என்று விளக்கம் தருவது அவரது ஆழ்ந்த புலமையைக் காட்டுகிறது.

உரையாசிரியரின் கூற்றை முழுமையாக மறுக்கும் இடங்களும் சாஸ்திரியின் உரையில் காணப்படுகின்றன.

'நல்ல இல்லவாகு பவால்...நாடே' (புறம். 7)

என்ற அடிக்கு விளக்கவுரையில்

> **'நீ கொள்ளைமேவலையாதலின் யாணரையும் வைப்பினையுமுடைய பிறர்நாடு, நல்ல இல்ல வாகுபவெனக் கூட்டுக. நாடு நல்ல இல்ல வாகுபவென இடத்துநிகழ்பொருளின் தொழில் இடத்துமேலேறி நின்றது'**

என்று உரை எழுதப்பட்டுள்ளது. இதை மறுக்கும் சாஸ்திரி,

'நல்ல – குறிப்புவினையாலணையும் பெயர்; இல்லவாகுப என்பதற்கு எழுவாயாகும். நாடு என்பது **'சான்றோர் பலர்யான் வாழு மூரே' (புறநா. 191)** என்றவிடத்து 'ஊர்' என்ற சொற்போல் ஏழாம்வேற்றுமையுருபுதொக்க பெயர். அவ்வாறு உருபு தொக்கு வழங்குதற்குக் காரணம்... என்ற (தொல்காப்பியச் (ப-ர்)) சூத்திரமே. உரைகாரர் 'நாடு நல்ல இல்லவாகுப' எனக் கொண்டு 'இடத்துநிகழ்பொருளின்றொழில் இடத்துமேலேறி நின்றது' என்றனர். அவ்வாறு கூறவேண்டாமெனத் தோற்றுகின்றது' என்று விளக்கி உரையாசிரியரின் அணுகுமுறை இந்த இடத்தில் பாடலின் பொருளில் மாற்றத்தை ஏற்படுத்தியுள்ளதாகச் சாஸ்திரி கருது கிறார். உரையாசிரியரின் இந்த அணுகுமுறை நன்னூல் சூத்தி ரத்தை அடிப்படையாகக் கொண்டதென்றும் நன்னூலை இவர்

பின்பற்றியிருப்பதால் உரையாசிரியரின் காலம் நன்னூலுக்குப் பிற்பட்டது என்றும் முடிவுக்கு வருகிறார் சாஸ்திரி.

புறம். 9ஆம் செய்யுளில் பார்ப்பனர்களைச் சிறப்பிக்க ‘ஆனியல்’ என்ற சொல் பயன்படுத்தப்பட்டுள்ளது. இதற்கு விளக்கம் கூற முற்பட்ட சாஸ்திரி, ‘அடைமொழி எற்றுக்கு எனின், பிறர் குறைவின்றி வாழவேண்டுமென்றே கடவுளைப் போற்றித் தமக்கு விதித்த அறத்தொழிலையுந் தவறாது நடாத்தி ஆனைப் போன்று பிறர் நன்மைக்கே’ உழைப்பதால் என்று விளக்குகிறார். எனினும் இங்கு விளக்கப்படாது விடுபட்ட அந்தணர் – பார்ப்பனர் சொல் பயன்பாட்டுக்கான காரணத்தை 1937ஆம் ஆண்டு வெளியிடப்பட்ட தொல்காப்பியம் எழுத்ததிகார உரைக்கான முன்னுரையில் விளக்குகிறார். உரை வருமாறு:

‘இந்நூலுள் அந்தணர் மறை போன்ற இடங்களிலெல்லாம் அந்தணர் என்பது பிராமணரையே குறிக்கும். பார்ப்பான், பார்ப்பார் என்ற சொற்களையும் ஆசிரியர்[2] வழங்குகின்றமையான் “பார்ப்பார் மறை” என இங்கேனும், “அந்தணன் பாங்கன்” என அங்கேனும் வழங்காது ஏன் இரண்டு சொற்களையும் வழங்கினரெனின் பிறப்பால் மாத்திரம் பிராமணனாயுள்ளோனைப் பார்ப்பான் என்ற சொல்லானும், தொழிலானும் பிராமணனாயுள்ளோனை அந்தணன் என்ற சொல்லானும் குறித்தற்கு என்னலாம். இக்கருத்தைக் கொண்டே **“ஆனியற் பார்ப்பன மாக்களும்” (புறநா. 9)** என்றவிடத்து ஆனியல் என்ற அடைமொழி கொடுத்தனர் அச்செய்யுளாசிரியர்’ என்று அந்தணர் – பார்ப்பனருக்கான வேறுபாட்டைத் தொழில் அடிப்படையில் வேறுபடுத்துகிறார். இதன் மூலம் புறநானூற்றுத் தொடருக்கான கூடுதல் விளக்கத்தைத் தருவதும் குறிப்பிடத்தக்கது.

புறநானூற்று உரையை மறுப்பதற்கும் உரைக்குக் கூடுதல் விளக்கம் தருவதற்கும் புதிய கருத்தைச் சொல்வதற்கும் தமிழில் வேறு எந்த இலக்கியங்களிலிருந்தும் சான்று தராமல் புறநானூற்றில் உள்ள பிற செய்யுள்களையும் தொல்காப்பியச் சூத்திரங்களையும் மட்டுமே சான்றாகக் கொண்டுள்ளார் சாஸ்திரி. புறநானூற்றைப் புரிந்துகொள்ள தொல்காப்பியத்தை அடிப்படை இலக்கணமாகக்

---

2 தொல்காப்பியர் (ப-ர்).

கொண்டு புறநானூற்றில் உள்ள பிற செய்யுள்களை மட்டும் துணையாகக் கொண்டு ஆராயவேண்டும் என்று சாஸ்திரி கருதி யதாகத் தெரிகிறது. வரலாற்று முறையில் தமிழ் இலக்கணத்தை ஆராய்ந்த காரணத்தாலும் பிற்கால இலக்கணக் கருத்துப் புறநானூற்றுக்குப் பொருந்தாது என்ற தெளிவாலும் வேறு எந்த இலக்கியச் சான்றுகளையும் தனது உரையில் சாஸ்திரி பயன்படுத்தவில்லை. மேலும் புறநானூற்றைப் புரிந்துகொள்ள அந்த நூலில் உள்ள பிற செய்யுள்களே உதவும் என்ற கருத்து அவருக்கு இருந்ததாகத் தெரிகிறது.

சமஸ்கிருதப் பின்னணியில் உரை எழுதுதல்

சாஸ்திரியின் கருத்துப்படி தமிழில் வழங்கப்படும் சில சொற்கள் சமஸ்கிருதத்திலிருந்து தழுவப்பட்டுள்ளது. எனவே அச்சொற் களையும் அச்சொல் பயின்றுவந்துள்ள செய்யுள்களையும் தெளி வாகப் புரிந்துகொள்ள அவற்றைச் சமஸ்கிருதப் பின்னணியிலிருந்து அணுகிப் புரிந்துகொள்ள வேண்டும் என்று கருதியுள்ளார். சான்றாக,

- புறநானூற்றில் வந்துள்ள சில சொற்களுக்கான மூலம் சமஸ் கிருதத்திலிருந்து வந்திருக்கலாம் என்ற கருத்தில் அதற்குச் சான் றாகச் சமஸ்கிருத சாஸ்திரங்களிலிருந்து விளக்கம் தந்து அந்தந்த செய்யுளுக்கான உரையின் முடிவில் கிரந்த எழுத்தில் சமஸ்கிருத சொல்லைத் தரும் வழக்கம் சாஸ்திரியிடம் இருந் துள்ளது
- 'ஐம்பெரும் பூதத்து இயற்கை' என்று புறம். 2இல் குறிக்கப்படும் பஞ்ச பூதங்கள் பாடலில் அமைந்துள்ள முறையை வேதத்தின் பின்னணியில் பஞ்ச பூதங்களின் வரிசை இவ்வாறு அமைந் திருக்கக்கூடாது என்று குறிப்பிட்டுச் செய்யுளில் அதன் தொடர்ச்சியாக வந்துள்ள உவமேயங்களைப் பட்டியலிட்டு உவமேயங்களே பஞ்சபூத வரிசையில் மாற்றம் ஏற்படுவதற்குக் காரணம் என்று விளக்குதல்
- 'அருங்கடன்' என்ற சொல் அந்தணர்கள் செய்யும் கடமை களாகப் பாடல் குறிப்பிடுகின்றது. இதற்குக் கூடுதல் விளக்கம் தர முயன்ற சாஸ்திரி 'கடன்' என்னும் சொல் சமஸ்கிருதச் சொல்லான 'ருணம்' என்பதிலிருந்து வந்துள்ளதாகக் குறிப் பிட்டு சமஸ்கிருத சாஸ்திரத்தில் பிராமணர்களுக்கு விதிக்கப்

பட்டுள்ள மூன்றுவித ருணங்களையும் தெளிவாக எழுதிச் செய்யுளுக்குக் கூடுதல் விளக்கம் தருதல்

- தமிழில் 'தந்த' என்னும் சொல் கைப்பற்றி அல்லது வென்று கொண்ட என்னும் பொருளில் சங்க இலக்கியங்களில் வரு கின்றது. இதற்குச் சமஸ்கிருதத்தின் வழியாக மூலம் காண முற்பட்ட சாஸ்திரி இது சமஸ்கிருதத்தில் வரும் 'தா' என்னும் உபசருக்கத்துடன் ஏற்பட்ட மொழி மாற்றத்தால் 'தாது' சொல்லின் அடியிலிருந்து 'தந்த' என்ற சொல் பிறந்திருக்கலாம் எனக் கருதுதல்

- புறம் 15இல் பல்யாகசாலை முதுகுடுமிப் பெருவழுதியின் வென்றிச் சிறப்பு, யாகம் நடத்தி யூபம் நட்டு வாகை சூடிய முறை விளக்கப்பட்டுள்ளது. இதில் சொல்லப்பட்டுள்ள பொருண்மைகளை சிரௌத சூத்திரம் முதலிய உதாரணங் களால் விளக்கிச் செய்யுளின் பொருளை சமஸ்கிருத கருத்தின் அடிப்படையில் கட்டமைத்து யூபம் என்பதற்குச் சாஸ்திர முறையில் சொல்லப்பட்டுள்ள பொருளின் மூலம் விளக்கி யுள்ளார்

- தமிழின் அடிப்படை அமைப்பான யகர ஒற்று மொழி முதல் வராது என்பதால் புறம். 15இல் யூபம் என்று பதிப்பிக்கப் பட்டுள்ளதைத் தனிச்சொல்லாகக் கொள்ளாமல் யகர உடம்படுமெய் ஏறிய 'ஊபம்' என்னும் தற்சமச் சொல்லாகக் கருதலாம் என்று குறிப்பிட்டு அதற்கு ஆதரவாகத் தொல் காப்பியத்திலிருந்து மேற்கோள் காட்டியுள்ளதும் இங்குக் குறிப்பிடத்தக்கது.

புறநானூற்றில் கூடுதல் விளக்கம் தேவைப்படுகின்ற இடங் களில் சமஸ்கிருதத்தை அடிப்படையாகக் கொண்ட சாஸ்திரியின் உரை விளக்கம் கூடுதல் புரிதலைத் தருகின்றது. எனினும் சில இடங்களில் சாஸ்திரியின் சமஸ்கிருத விளக்கம் செய்யுளின் கருத்தில் வலிந்து திணிப்பதாகவும் ஆகிவிடுகின்றது.

செய்யுளின் காலத்தை நிர்ணயித்தல்

20ஆம் நூற்றாண்டின் தொடக்கத்தில் பல பழந்தமிழ் இலக் கண இலக்கியங்கள் கண்டறியப்பட்டுப் பதிப்பிக்கப்பட்டு

வெளியுலகத்தில் நூலாகக் கிடைத்துக்கொண்டிருந்த சமயத்தில் தொல்லியல் ஆதாரங்களின் துணையுடன் டி.ஏ. கோபிநாதராவ் முதலான அறிஞர்கள் காஞ்சிபுரத்தின் புத்த சார்பையும், இலக்கியங்களின் காலத்தை வரையறுப்பதிலும் பெரிதும் ஈடுபாடு கொண்டிருந்தனர். மனோன்மணீயம் சுந்தரம்பிள்ளையில் தொடங்கிய கால நிர்ணய ஆராய்ச்சி எஸ். வையாபுரிப்பிள்ளை, கே.என். சிவராஜ பிள்ளை, கே.ஏ. நீலகண்ட சாஸ்திரி, மு. இராகவையங்கார், கே.ஜி. சேஷ ஐயர் என நீண்டது. இவர்களது கட்டுரைகள் தமிழிலும் ஆங்கிலத்திலும் செந்தமிழ், Journal of Oriental Research, Madras முதலான இதழ்களில் தொடர்ச்சியாக வெளிவந்துகொண்டிருந்தன. இக்காலகட்டத்தில் தமிழ் ஆராய்ச்சியில் ஈடுபட்டும் மேற்குறிப்பிட்டவர்களோடு நெருங்கிய தொடர்பும் கொண்டிருந்த சாஸ்திரி புறநானூற்றுச் செய்யுள்களுக்கான காலத்தை நிர்ணயிப்பதிலும் ஈடுபாடு கொண்டிருந்தார். வரலாற்றுச் சான்றுகள் கிடைக்கும் பொழுது சாஸ்திரி, குறிப்பிட்ட அந்தச் செய்யுள் எழுதப்பட்டுள்ள காலத்தைத் தனது ஆய்வின் மூலம் கிடைத்த சான்றுகளின் அடிப்படையில் செய்யுள்களுக்கான காலத்தை வரையறுக்கிறார். காலத்தை வரையறுப்பதில் இரண்டு நிலைகளை சாஸ்திரி பின்பற்றுகிறார்.

- ஒன்று, செய்யுள் எழுதப்பட்ட காலத்தை இலக்கண உருபுகளின் பயன்பாட்டின் மூலம் நிர்ணயித்தல். பெரும்பாலும் தொல்காப்பிய இலக்கணத்தை அடிப்படையாகக் கொண்டே செய்யுளின் காலத்தை சாஸ்திரி வரையறுத்துள்ளார்
- இரண்டு, புறநானூற்று உரையாசிரியரின் காலத்தை இலக்கண அமைப்பின்மூலம் வரையறை செய்தல். உரையாசிரியர் பயன்படுத்தியுள்ள இலக்கணக் குறிப்புகள் தொல்காப்பியத்தைப் பின்பற்றியதா அல்லது பிற்கால இலக்கண வளர்ச்சியில் ஏற்பட்ட மாற்றங்களை உட்கொண்டிருக்கிறதா என்பதை அடிப்படையாகக் கொண்டு இத்தகைய முடிவுக்கு வருகிறார்.

சான்றாக, வினைமாட்சிய விரைபுரவியொடு எனத் தொடங்கும் புறம். 16ஆம் செய்யுளில் வருகின்ற 'குருசில்' என்னும் சொல்லைப் பற்றி விவாதிக்கும்பொழுது தொல்காப்பிய விதிப்படி இச்சொல்லில் ஈற்றயலான குறில் 'சி' நீண்டு குருசீல் என

வந்திருக்க வேண்டுமென்றும் இங்கு அவ்வாறு இல்லாமல் குறுகிக் குருசில் என வந்துள்ளதால் இத்தகைய வழக்கு தொல்காப்பியர் காலத்துக்குப் பிற்பட்டதாக இருக்கலாம் என்று கருதுகிறார். இதே போல, புறம். 2ஆம் செய்யுளில் 'நீ....நிலியர்' என்னும் தொடரில் பயின்று வந்துள்ள இலக்கணக் கட்டமைப்பைக் கருத்தில்கொண்டு இப்பாடல் தொல்காப்பியத்திற்குப் பிறகு எழுதப்பட்டிருக்க வேண்டும் என்று கருதுகிறார்.

புறநானூற்று உரையாசிரியரின் காலத்தை அகச்சான்றுகளின் வழி நிறுவும்பொழுது ஒரு இடத்தில் நன்னூலுக்குப் பிற்பட்டவர் என்றும் மற்றொரு இடத்தில் பேராசிரியரின் கூற்றைப் 'பிறர் மதமாகக் கூறினர்' (புறம். 8) என்றும் குறிப்பிடுகின்றார். இந்த இரண்டு இடங்களிலும் அந்தந்தச் செய்யுளில் வந்துள்ள சொற்களின் இலக்கண அமைப்பை அடிப்படையாகக் கொண்டே இத்தகைய முடிவுக்கு வருகின்றார். இதன் மூலம் சாஸ்திரியின் கருத்துப்படி புறநானூற்று உரையாசிரியர் பேராசிரியருக்குப் பிற்பட்டவர் எனலாம். உ.வே. சாமிநாதையரின் புறநானூற்றுப் பதிப்பிலும் உரையோடு தொடர்புடைய பிற மேற்கோள்களைக் காட்டும்பொழுது நச்சினார்க்கினியர் (புறம். 39), பரிமேலழகரைச் (புறம். 266) சுட்டிக் காட்டுவதும் நோக்கத்தக்கது.

III

தமிழ் தெரியாத ஆங்கிலேய நிர்வாக அலுவலர்களும் தமிழர் அல்லாத பிறரும் எளிமையாகத் தமிழ் கற்க கதைகளோடு கூடிய பாட புத்தகங்கள், தமிழ் எழுத்தையும் சொற்களையும் கற்பிக்கும் நூல்கள், ஆங்கிலத்திலும் தமிழிலும் எளிமையான இருமொழித் தமிழ் இலக்கண நூல்கள் எனத் தமிழ்க் கல்வி சார்ந்த பல நூல்கள் பத்தொன்பதாம் நூற்றாண்டில் பதிப்பிக்கப்பட்டன. இதே கால கட்டத்தில் தொல்காப்பியம் முதலான இலக்கண நூல்களும் புறநானூறு முதலான பழந்தமிழ் நூல்களும் பதிப்புகளாக அறிமுகமாயின. இதன் மூலம் தமிழரின் வரலாறு, பண்பாடு, தத்துவம் எனப் பலவற்றையும் குறித்துத் தொடர்ச்சியாக ஆராயப்பட்டு எழுதப்பட்டது. தமிழர் அல்லாத பிறரும் அறிந்துகொள்ளும் வகையில் சில பழந்தமிழ்ச் செய்யுள்கள் ஆங்கிலம், பிரஞ்சு

முதலான மொழிகளில் மொழிபெயர்க்கப்பட்டன. இந்தச் சூழலில் 20ஆம் நூற்றாண்டின் தொடக்கத்தில் ஆசிரியராகப் பொறுப் பேற்றதிலிருந்து பெரும்பாலும் தமிழரல்லாத பிற மொழியின ருக்குக் கற்பித்துவந்த காரணத்தால் சாஸ்திரியின் ஆங்கிலப் படைப்புகளும் மொழிபெயர்ப்புகளும் பிற மொழியாளர்களுக்கு ஏற்ற வகையிலேயே வடிவமைக்கப்பட்டுள்ளதாகத் தெரிகிறது. சங்ககால இலக்கியத்தின் ஒரு கூறாகவும் தமிழர்களின் பண் பாட்டைப் பறைசாற்றுவதாகவும் விளங்குகின்ற புறநானூற்றை ஆங்கிலத்தில் மொழிபெயர்த்துப் புறநானூற்றுச் செய்யுள்களின் மூலம் பழந்தமிழின் மொழியமைப்பு, அரசியல் பார்வை, சமஸ்கிருதப் பங்களிப்பு, படைக்கப்பட்ட காலம் எனப் பல பொருண்மைகளையும் அகப்படுத்தியதாகத் தமிழர் அல்லதவர் களுக்காக எழுதப்பட்டதாக சாஸ்திரியின் புறநானூற்று மொழி பெயர்ப்பைக் கருதலாம்.

புறநானூற்றை முதன்முதலில் ஆங்கிலத்தில் மொழிபெயர்த் தவர் எல்லீஸ். புறநானூற்றை நேரடியாக அவர் மொழிபெயர்க்கா விட்டாலும் திருக்குறளுக்கு எழுதிய மொழிபெயர்ப்போடு கூடிய விளக்கவுரையில் இரண்டு குறள்களுக்குச் சான்றாக இரண்டு புறநானூற்றுச் செய்யுட்களைத் (புறம். 188, ப. 273; புறம். 34, ப. 361) தமிழில் முழுமையாகத் தந்து அதற்கான மொழி பெயர்ப்பையும் தந்துள்ளார். இதுவே சங்க இலக்கியத்தில் முதன் முதலாகப் பிற மொழியில் மொழிபெயர்க்கப்பட்ட செய்யுள் களாகும். இவருக்குப் பிறகு தேர்ந்தெடுக்கப்பட்ட புறநானூற்றுச் செய்யுட்களை ஆங்கிலத்தில் மொழிபெயர்த்தவர் ஜி.யூ. போப். The Tamilian Antiquaryஇல் தொடர்ச்சியாக வெளிவந்த மொழி பெயர்ப்புகள் அவர் இறந்த பிறகு தொகுக்கப்பட்டுப் புறப் பொருள் வெண்பா மாலை மொழிபெயர்ப்போடு சேர்த்து ஒரே நூலாக 1910ஆம் ஆண்டு வெளியிடப்பட்டது. இந்நூலில் 34 புறநானூற்றுச் செய்யுள்கள் போப்பால் மொழிபெயர்க்கப்பட் டுள்ளன. 1973ஆம் ஆண்டு சைவ சித்தாந்த நூற்பதிப்புக் கழகம் Tamil Heroic Poems என்னும் தலைப்பில் மறுபதிப்புச் செய்த போப்பின் மொழிபெயர்ப்பில் கூடுதலாக 16 செய்யுட்கள் சேர்க் கப்பட்டுள்ளன. அவை வருமாறு: புறம். 213, 214, 191, 212, 67, 184, 222, 221, 220, 141, 142, 143, 144, 145, 146, 147 (நூலில்

கண்ட முறைப்படி செய்யுள்கள் வரிசைப்படுத்தப்பட்டுள்ளன). கூடுதலாகச் சேர்க்கப்பட்ட செய்யுள்கள் பதிப்பாளருக்கு எங்கிருந்து எவ்வாறு கிடைத்தன என்பதற்கான தகவல்கள் தரப்படவில்லை. எனினும் மேலே குறிக்கப்பட்டுள்ள 1973இல் வெளிவந்த இந்தச் செய்யுள்கள் முதல் பதிப்பில் இல்லை. இதே காலகட்டத்தில் ஜே.எம். நல்லசாமி பிள்ளை சில புறநானூற்றுப் பாடல்களை மொழிபெயர்த்துள்ளார். 1897இலிருந்து தாம் நடத்திவந்த The Light of Truth or Siddhanta Deepika என்னும் இதழில் வெவ்வேறு காலகட்டங்களில் புறம். 55, 184, 185, ஆகிய செய்யுட்களைப் பகுதியாகவும் புறம். 186ஆம் செய்யுளை முழுமையாகவும் மொழிபெயர்த்துள்ளார். எனினும் புறநானூற்றை மொழிபெயர்க்கும் நோக்கில் இவர் இந்த மொழிபெயர்ப்பைச் செய்யவில்லை என்றாலும் தன் கருத்தை வலிறுத்த வேண்டிய இடங்களில் இச்செய்யுள்களை மொழிபெயர்த்துள்ளார்.[3]

---

[3] இவர்களுக்குப் பிறகு புறநானூற்றில் தேர்ந்தெடுக்கப்பட்ட செய்யுள் களை மட்டும் சிலர் மொழிபெயர்த்துள்ளனர். அவர்கள் வருமாறு: பெ.நா. அப்புசாமி (P.N. Appuswamy), ஏ.கே. இராமானுஜன் (A.K. Ramanujan), எஸ்.எம். பொன்னையா (S.M. Ponnaiah), கமில் சுவலபில் (Kamil Zvelebil), ஜேம்ஸ் லிண்ட்ஹொல்ம் (James Lindholm), இ. அண்ணாமலை & ஹெரால்ட் ஷிஃப்மன் (E. Annamalai, Herald Schiffman), சி. இராஜேஸ்வரி (C. Rajeswari), கே.எஸ். சுப்பிரமணியன் (K.S. Subramanian). புறநானூற்றை முதன்முதலாக முழுமையாக ஆங்கிலத்தில் மொழிபெயத்தவர் ப. ஜோதிமுத்து (P. Jotimuttu, 1995, Purananuru, Madras: Christian Literary Society). அதன் பிறகு ஜியார்ஜ் எல். ஹார்ட் & ஹான்க் ஹெய்ஃபெட்ஸ் (George L. Hart, Hank Heifetz, 1999, The four hundred songs of war and wisdom: an anthology of poems from classical Tamil: The Purananuru, New York: Colombia University Press) முழுமையாக மொழிபெயர்த்தனர். டி. மாதவ மேனன் (T. Madhava Menon, 2011, The Purananuru (Tamil Sangam Classic), International School of Dravidian Linguistics), வைதேகி ஹெர்பர்ட் (Vaidehi Herbert, 2013, Purananuru, Chennai: Konrai) ஆகியோர் புறநானூற்றை ஆங்கிலத்தில் மொழிபெயர்த்து வெளியிட்டனர். ப. மருதநாயகம் 2021ஆம் ஆண்டு செம்மொழித் தமிழாய்வு மத்திய நிறுவனத்தின் வழியாக அதுவரை வெளிவந்த மொழிபெயர்ப்புகளுள் சிலவற்றைத் தொகுத்துத் தனது மொழிபெயர்ப்போடு சேர்த்து வெளியிட்டுள்ளார்.

சாஸ்திரி 1933ஆம் ஆண்டிலிருந்து புறநானூற்று மொழி பெயர்ப்பைத் தொடர்ச்சியாக The Ardra இதழில் வெளியிட்டு வந்தார். எனினும் 1935ஆம் ஆண்டு புறம். 20ஆம் செய்யுளோடு தனது மொழிபெயர்ப்புப் பணியை நிறுத்திக்கொண்டார். செந்தமிழ் இதழில் புறநானூற்றுக்கு எழுதப்பட்டுள்ள உரையைவிட மொழி பெயர்ப்பில் கூடுதலான தகவல்களைத் தந்துள்ளார். தமிழில் செய்யுளுக்கான பொழிப்புரையை எழுதுவதைவிட செய்யுளைப் பற்றி வெவ்வேறு பார்வைகளில் விவாதிப்பதையே முதன்மை யாகக் கொண்டு உரை எழுதியுள்ளார்; சில செய்யுள்களைத் தவிர மற்ற செய்யுள்களை முழுமையாகக்கூட தரவில்லை. ஆனால் ஆங்கில மொழிபெயர்ப்பில் இரண்டு நடைமுறைகளைப் பின் பற்றியுள்ளார். அவை:

- செய்யுளுக்கான பொழிப்புரையை முழுவதுமாகத் தருதல்
- வரலாற்று மற்றும் விமர்சனக் குறிப்புகளைத் தருதல்

கீழ்க்காணும் முறையியலை ஆங்கில மொழிபெயர்ப்பில் பின்பற்றியுள்ளார். அவை வருமாறு:

- செய்யுளை முழுமையாகத் தமிழில் தருதல்
- செய்யுளின் பொருளை ஆங்கிலத்தில் முழுமையாகத் தருதல்
- செய்யுளின் காலத்தைக் குறித்து விவாதித்தல்[4]
- சமஸ்கிருதம், தமிழ் இடையிலான இலக்கண, பண்பாட்டு முறையிலான விளக்கத்தைத் தருதல்

---

[4] தொல்காப்பியச் சொல்லதிகார மொழிபெயர்ப்பிலும் புறநானூற்றின் காலம் பற்றி இலக்கணப் பயன்பாட்டின் வாயிலாக விவாதிக்கிறார். அப்பகுதி வருமாறு:

Note 1.- This is one of the important sūtras which help us to determine the different stages in the growth of the Tamil Language. Even in Pu<u>r</u>a<u>n</u>ā<u>n</u>ūru, we have examples where the verb in the potential mood is used in the second person and in the first person. This clearly shows that it was written later than the Tolkāppiyam. (அவற்றுள் முன்னிலை தன்மை, Tol.Col.sut. 226).

- உரையின் இறுதியில் சமஸ்கிருத மூலச் சொற்களுக்கும் தமிழ்ச் சொற்களுக்குமான உறவைத் தருதல்

இந்த முறையில் புறநானூற்றின் ஆங்கில மொழிபெயர்ப்புப் பணியை சாஸ்திரி செய்துள்ளார்.

ஆங்கில மொழிபெயர்ப்பில் தமிழ் உரையில் சொல்லப்படாத பொருள்கள் குறித்தும் விவரித்துள்ளார். சான்றாகப் புறநானூற் றைத் தொகுத்தவர் பற்றிய குறிப்பைச் சொல்லலாம். புறநானூற் றைத் தொகுத்தவர் பற்றியோ தொகுப்பித்தவர் பற்றியோ இது வரை எந்த ஒரு குறிப்பும் நம்மிடையே இல்லை. சில ஊகங்கள் மட்டும் நம்மிடையே பரவியிருக்கின்றன. Ardra இதழில் புற நானூற்று 2ஆம் செய்யுளின் மொழிபெயர்ப்பு வெளியான பிறகு அடுத்த இதழில் குறிப்பாக இத்தகவல் சொல்லப்பட்டுள்ளது.

‘it is the opinion of a Tamil-scholar-friend of mine that Peruntevanar is the compiler of this anthology, since he may have invoked God Siva that this compilation may be completed without any obstacle’

புறநானூற்றுக்குக் கடவுள்வாழ்த்துப் பாடிய பாரதம் பாடிய பெருந்தேவனாரே புறநானூற்றைத் தொகுத்திருக்கலாம் என்பது ஏற்கனவே ஊகமாக இருந்தாலும் இதற்கு நேரடி ஆதாரம் இல்லாத காரணத்தால் தனது நண்பரின் கருத்தை ஏற்று இதைக் குறிப்பாக மட்டும் சாஸ்திரி தந்துள்ளார் எனக் கருதலாம்.

மேலும் தனது நண்பர்கள் வழியாகத் தனக்குக் கிடைத்த சில தகவல்கள் தமிழ் உரையில் எழுதப்பட்டிருக்க ஆங்கில மொழி பெயர்ப்பில் அவை விடுபட்டுள்ளதும் குறிப்பிடத்தக்கது. சான் றாக, ‘உயவரிய’ என்னும் சொல்லுக்கு நண்பர் சொன்ன கருத் தைத் தமிழ் உரையில் கொடுத்த சாஸ்திரி மொழிபெயர்ப்பில் அது குறித்துப் பேசவில்லை. ஒருவேளை அது தொடர்பாகப் பிற்காலத்தில் தனக்கு ஏற்பட்ட கருத்து மாற்றம் காரணமாக இருக் கலாம் என்று கருதலாம்.

சாஸ்திரி, புறநானூற்று உரையாசிரியரின் பொருள் காணும் முறையை நுணுகி ஆராய்ந்து, சில இடங்களில் கூடுதல் தகவல் தந்தோ அல்லது வேறு ஆதாரங்களைக் கொண்டு மறுத்தோ எழுதியுள்ளார். சான்றாக, ‘எறிபதத்தா னிடங்காட்ட’ என்னும்

தொடருக்கு உரையாசிரியர் பொருள் கொண்ட முறைமையை விவாதித்து அந்தத் தொடருக்குத் தான் கொண்ட பொருளையும் வழங்குகிறார்.

'the phrase, 'எறிபதத்தா னிடங்காட்ட' means, according to the commentator, 'on the horseman having feet which could destroy foes or which could touch the sides of the horse showing the right and the left direction'. When the action contained in the words மறுப்பட்டன in line 1, துளைதோன்றுவ in line 3, சிவந்துராஅய் in line 10 is respectively taken to belong to வாள், தோல் and களிறு, the action contained in இடங்காட்ட is here taken to belong to எறிபத்ததான் and not to மா. This seems to be a defect. Hence the word எறிபதத்தான் may be taken as a word in the third case and the word இடம் may be taken to mean strength with their feet which they throw fiercely in their gallop'.

'குதிரைகள் எதிரியை எதிர்கொள்ளும் காலத்தில் ஓடும் பொழுது அதில் அமர்ந்து பயணிப்பவர் இடமும் வலமுமாக ஆடிக் காட்ட' என்று உரையாசிரியர் உரை எழுத, சாஸ்திரி 'இடம்காட்ட' என்பதற்கு 'வலிமை காட்ட' என்று பொருள் கொள்கிறார். வலிமை காட்ட என்னும் பொருள் இடம் என்னும் சொல்லுக்குப் பொருந்திவருமா என்பது ஒரு கேள்வி, இருந்தாலும் வலிமை காட்ட என்பது செய்யுளின் இந்தச் சூழலுக்குப் பொருந்தி வருமா என்பதையும் நாம் கவனிக்க வேண்டும்.

புறம். 8ஆம் பாடலில் 'போகம்' என்பதற்கு 'நுகரும் இன்பம்' என்று உரையாசிரியர் பொருள் காண இதற்கு 'இறையாண்மை' என்று சமஸ்கிருத சொல்லின் பொருளை அடிப்படையாகக் கொண்டு பொருள் காண முற்பட்டுள்ளார். நுகரும் இன்பம் என்பதைவிட இறையாண்மை என்னும் பொருள் பொருந்தி வரும் அதே வேளையில் சாஸ்திரிக்குப் பிறகு உரை எழுதியவர்கள் சிலர்[5] 'இறையாண்மை' என்னும் பொருளை ஒத்து உரை எழுதியுள்ளனர் என்பதும் குறிப்பிடத்தக்கது.

---

5 புலியூர்க்கேசிகன்.

IV

சாஸ்திரியின் மொழிபெயர்ப்பு, புறநானூற்று மொழிபெயர்ப்பு வரலாற்றில் இரண்டாவதாக (சில செய்யுள்களை மட்டும் மொழி பெயர்த்த எல்லீஸ், நல்லசாமிப்பிள்ளையையும் சேர்த்தால் நான் காகவதாக) அமைகிறது. சமஸ்கிருதத்தில் ஆழ்ந்த புலமைபெற்றுத் தமிழிலும் ஆழ்ந்த பரிச்சயத்துடன் கூடிய ஆய்வாளர் ஒருவரால் செய்யப்பட்ட முதல் மொழிபெயர்ப்பு இது என்றும்கூட சொல்லலாம். சாஸ்திரியின் இந்த உரையின், மொழிபெயர்ப்பின் முக்கியமான அம்சங்களாகக் கீழ்க்கண்டவற்றை வரிசைப்படுத்தலாம்:

- சமஸ்கிருத சாஸ்திரங்களோடு ஒப்பிட்டுச் சங்க இலக்கியத் திற்குக் குறிப்பாகப் புறநானூற்றுக்கு எழுதப்பட்ட முதல் உரையும் மொழிபெயர்ப்பும்
- பெயரறியப்படாத புறநானூற்று உரைக்கு முதன்முதலாக எழுதப் பட்ட விமர்சனம்
- தமிழ் இலக்கண வரலாற்றுப் புரிதலோடு முதன்முதலாகச் செய்யுளையும் உரையையும் அணுகியமை

இந்த மூன்று காரணங்களால் சாஸ்திரியின் உரை இன்று முக்கியமானதாக இருக்கிறது எனலாம். 1920களின் இறுதியில் செந்தமிழ் இதழில் தமிழிலும் 1930களின் தொடக்கத்தில் Ardra இதழில் ஆங்கிலத்திலும் எழுதப்பட்டுள்ள இவரது பங்களிப்பு சங்க இலக்கிய வரலாற்றில் குறிப்பிடத்தகுந்த முயற்சி. எனினும் அண்ணாமலைப் பல்கலைக்கழகம் 1945ஆம் ஆண்டு வெளி யிட்டுள்ள சாஸ்திரியின் தொல்காப்பியச் சொல்லதிகார மொழி பெயர்ப்பிற்கு முன்னுரை எழுதிய தெ.பொ.மீனாட்சிசுந்தரன் (P.S. Subrahmanya Sastri, 1945, Tolkappiyam Collatikaram, general editor T.P. Minakshisundaran, Annamalai Nagar: Annamalai University; p. iii, iv) இரண்டு முக்கியமான கருத்துகளைக் குறிப்பிட்டுள்ளார். அந்த இரண்டும் சாஸ்திரியின் புறநானூற்று உரைக்கும் பொருந்தும். அவை,

- இது மிகச்சிறந்த ஆய்வாக இருந்தாலும் சமஸ்கிருத ஒப்பு மையில் பிழை செய்துள்ளது

- சமஸ்கிருத ஒப்புமை மறு ஆய்வுக்கு உட்படுத்தப்பட வேண்டும்

புறநானூற்றுக்கு சாஸ்திரி செய்துள்ள பங்களிப்பு இன்றியமை யாததாக இருந்தாலும் சமஸ்கிருத சாஸ்திரப் பொருண்மையோடு ஒப்பிட்டதும் சமஸ்கிருத மூலச் சொற்களோடு இணைத்து விவாதித்ததும் சில இடங்களில் பொருந்திவரவில்லை. மேலும் மறுஆய்வு செய்யப்பட வேண்டியதாகவும் இருக்கின்றது. சமஸ் கிருதத்தில் புலமை பெற்றவர்களோடு இணைந்து தமிழ் ஆராய்ச் சியாளர்கள் இதைச் செய்வார்கள் என்று நம்புகிறேன்.

தமிழுக்கும் சமஸ்கிருதத்திற்குமான உறவைப் புறநானூற்று உரையின்வழி புரிந்துகொள்ள சாஸ்திரி முயன்றுள்ளார். இம் முயற்சியில் அவர் வெற்றியும் பெற்றுள்ளார். எனினும் அவரது வெற்றி சமஸ்கிருத பின்னணியில் அதிகம் கவனிக்கப்படாமல் போய்விட்டது என்றுதான் சொல்லவேண்டும்.

இந்நூல் மூன்று பிரிவுகளாகப் பிரிக்கப்பட்டுள்ளது. முதல் பிரிவில் புறநானூற்று உரையும் இரண்டாம் பிரிவில் புறநானூற்று மொழிபெயர்ப்பும் தரப்பட்டிருக்கிறது. சாஸ்திரி தனது தொல் காப்பிய மொழிபெயர்ப்பில் மேற்கோள்களாகப் புறநானூற்று அடிகளைத் தமிழிலும் ஆங்கிலத்திலும் தந்துள்ளார். இந்த மேற் கோள்கள் புறநானூறு பற்றிய சாஸ்திரியின் பார்வையை வெளிப் படுத்த உதவும் என்கிற காரணத்தால் இங்கு தொகுத்து மூன்றாவது பிரிவாகத் தரப்பட்டுள்ளது. பின்னிணைப்பில் 1929ஆம் ஆண்டு வெளியான சிவராஜபிள்ளையின் புறநானூற்றின் பழமை நூலுக்கு சாஸ்திரி எழுதிய விமர்சனக் கட்டுரை, இக்கட்டுரைக்கு கலியாணசுந்தரன் எழுதிய மறுப்புக் கட்டுரை, நவநீதகிருஷ்ண பாரதி 'உதிர் மலர் மாலை' என்னும் தலைப்பில் எழுதிய சாஸ்திரியின் உரைக்கான எதிர்வினை ஆகியவை தரப்பட்டுள்ளன. இவை அனைத்தும் 1920 – 1930 களில் புறநானூறு தொடர்பாக சாஸ்திரியும் மற்றவர்களும் கொண்டிருந்த பார்வைகளையும் அது சார்ந்த பதிவுகளையும் வெளிப்படுத்துகின்றன. சாஸ்திரியையும் சாஸ்திரிகளின் எழுத்துகளையும் புரிந்துகொள்ள இவை உதவும் என்கிற காரணத்தால் இவை அனைத்தும் பின்னிணைப்பாக இந் நூலில் இணைக்கப்பட்டுள்ளன. இந்த நூல் நிறைவுறும் நிலையில்

சாஸ்திரியின் Historical Tamil Reader நூலில் நான்கு புறநானூற்றுப் பாடல்கள் அவற்றுக்கான ஆங்கில மொழிபெயர்ப்பு மற்றும் விளக்கங்களோடு இடம்பெற்றிருந்ததைக் கண்டேன். அவற்றுள் புறம். 2, 20 ஆகிய இரண்டு பாடல்களையும் ஏற்கெனவே சாஸ்திரி மொழிபெயர்த்திருந்தாலும் இதில் தரப்பட்டிருந்த மொழி பெயர்ப்பில் கூடுதல் விளக்கங்கள் தரப்பட்டிருந்தன. மேலும் புறம். 23இல் சில அடிகளும் புறம். 136இல் சில அடிகளும் மொழிபெயர்க்கப்பட்டு விளக்கங்களுடன் தரப்பட்டிருந்தன. எனவே அவற்றையும் பின்னிணைப்பில் இணைத்துள்ளேன். Historical Tamil Reader தமிழரல்லாதார் தமிழைக் கற்றுக் கொள்ள எளிமையாக வரலாற்று நிலையில் தமிழின் வளர்ச்சியைக் கூறும் நூலாகையால் புறச்செய்யுள்களுக்கான விளக்கங்களும் எளிமையாகத் தரப்பட்டுள்ளன.

தமிழ் உரையில் சாஸ்திரி தந்திருக்கிற கிரந்த சொற்களை எளிமையாக மீளுருவாக்க இயலவில்லை. பல்வேறு முயற்சி களுக்குப் பிறகே இந்நூலில் தரப்பட்டுள்ளன. அவற்றுக்கு இணையான தமிழ்ச் சொற்கள் அடைப்புக் குறிக்குள் தரப் பட்டுள்ளன. கிரந்த சொற்களை எளிமையாகப் படிப்பதற்காகக் கூடுதலாக அவற்றைத் தமிழ் எழுத்துகளில் அடைப்புக்குறிக்குள் இந்நூலில் சேர்க்கப்பட்டுள்ளன. சாஸ்திரி சமஸ்கிருதச் சொற் களுக்கான கிரந்த எழுத்துகளை மட்டுமே தந்துள்ளார். எளிமை கருதியே தமிழ் எழுத்துகளில் அவை இந்நூலில் தரப்பட்டுள்ளன.

V

இந்த நூலுக்கு மூல காரணமாக விளங்கியவர் பேராசிரியர் பிரான்சுவா குரோ. அவரது விளக்கங்களும் நுணுக்கமான பார்வையும் எனக்கு எப்பொழுதும் வழிகாட்டிக்கொண்டிருக் கின்றன. இலங்கையில் நூலகத்தில் தேடிப் பார்த்து உதவிய கௌரி பாலன் முதலானவர்கள்; என்னை எப்பொழுதும் நெறிப்படுத்திக் கொண்டிருக்கின்ற திரு. மகேந்திரன்; ஊக்கமளித்துவரும் கண்ணன். எம்; என் மீது நம்பிக்கை வைத்து வழிகாட்டி ஆய்வு செய்வதற்கு உற்சாகப்படுத்திவரும் பேராசிரியர் ஸ்ரீலதா ராமன்;

முனைவர் பட்ட காலத்திலிருந்து நெறிப்படுத்திவருகிற பேராசிரியர் வீ. அரசு; இந்நூலில் கிரந்த எழுத்துகளைச் சரியான முறையில் தருவதற்காகப் பெரிதும் சிரமப்பட்டேன். இதற்கு வழிகாட்டி உதவியவர்கள் உடன் பணிபுரியும் கணேஷ்; கிரந்த எழுத்துகளைத் தருவது குறித்துக் கூடுதல் தகவல் தந்தவர் கணியம் சீனிவாசன். எப்போதும் ஊக்கமளித்துவரும் பாண்டிச்சேரி பிரஞ்சு ஆய்வு நிறுவன ஆய்வாளர்கள் செந்தில் பாபு, அனுபமா, பிரசாத், பாலு, பாபு, நூலகர்கள் நரேந்திரன், சரவணன், இராமானுஜம், அனுரூபா அனைவருக்கும் நன்றி.

எனது வாழ்க்கைத் துணையாக இருந்து நெறிப்படுத்திவருகின்ற பிரபாவதி, கற்றுத்தரும் முகுந்தினி ஆகியோருக்கு நன்றி.

இந்நூலைத் திறம்பட அச்சிட்டு வெளியிட்டு உதவிய தடாகம் அமுதரசன் அவர்களுக்கும் பக்க வடிவமைப்புச் செய்த ஆஷா அவர்களுக்கும் நன்றி.

முத்து வெ. பிரகாஷ்,
IFP, புதுச்சேரி
2022

குறிப்பு

பேராசிரியர் சு. வேங்கடராமன் அவர்களிடம் பி.சா.சுப்பிர மணிய சாஸ்திரியின் புறநானூற்று உரையையும் மொழி பெயர்ப்பையும் பதிப்பாகக் கொண்டுவருவது பற்றித் தெரிவித்த பொழுது உடனடியாக சுப்பிரமணிய சாஸ்திரியின் மகன் பேராசிரியர் பிரணதார்த்திஹரன் அவர்களின் எண்ணைத் தந்து அவரைத் தொடர்புகொண்டு புறநானூற்று மொழிபெயர்ப்பு குறித்து அறிந்துகொள்ளச் சொன்னார். ஒருவேளை அவர்களிடம் சாஸ்திரியின் மொழிபெயர்ப்பு சார்ந்த எழுத்துப்படியோ அல்லது மற்ற தகவல்களோ கிடைக்கும் என்ற முனைப்பில் பேராசிரியர் பிரணதார்த்திஹரன் அவர்களைத் தொடர்புகொண்டேன். பதிப்புக் குறித்துச் சொன்னபொழுது மிக்க மகிழ்ச்சியுடன் பேசினார். எனினும் சாஸ்திரியின் புறநானூற்று மொழிபெயர்ப்பு கரை யானுக்கு இரையானதை வருத்தத்துடன் பகிர்ந்துகொண்டார். இந்த இழப்பு சாஸ்திரியை மிகுதியாகப் பாதித்திருந்ததாகவும் குறிப்பிட்டார். மேலும் மும்மொழிப் புலமையுடன்கூடிய சாஸ்திரியின் பங்களிப்பைத் தமிழ்ச் சமூகம் ஏற்கவில்லை என்னும் மனவருத்தத்தையும் பகிர்ந்துகொண்டார். இதன்மூலம் பி.சா. சுப்பிர மணிய சாஸ்திரி புறநானூறு முழுவதையும் ஆங்கிலத்தில் மொழி பெயர்த்திருந்தார் என்பதும் The Ardra இதழில் வெளியானது போக மற்ற அனைத்தும் அழிந்துவிட்டன என்பதும் தெரியவருகின்றன.

பேராசிரியர் பிரணதார்த்திஹரன் அவர்களின் எண்ணைத் தந்து அவரோடு தொடர்புகொள்ளச்செய்த பேராசிரியர் சு. வேங்கட ராமன் அவர்களுக்கும் மனமுவந்து தொலைபேசியில் உரையாடிய பேராசிரியர் பிரணதார்த்திஹரன் அவர்களுக்கும் நன்றி.

பி.சா. சுப்பிரமணிய சாஸ்திரியின் நூல்களும் கட்டுரைகளும்

கால வரிசைப்படி நூல்கள்

1930 - Tholkappiyam with a short commentary in English. Volume 1, Eluttatikaram. Madras: The Journal of oriental research.

1930 - தொல்காப்பியச் சொல்லதிகாரக் குறிப்பு, M.L.J. Press, Mylapore, Madras.

1930 - தமிழ்மொழியிலக்கணம், மாடர்ன் பப்ளிஷிங் ஹவுஸ், சென்னை.

1934 - History of Grammatical Theories in Tamil and their relation to the grammatical Literature in Sanskrit, Madras: The Journal of oriental research.

1936 - தமிழ்மொழி நூல், jegan & co, Dodson press, Trichy.

1937 - தொல்காப்பியம் எழுத்ததிகாரம் குறிப்புரையுடன், Murugavilas Jananukoola Press, Trichinopoly.

1939 - தெய்வப்புலவர் திருவள்ளுவர் இயற்றிய திருக்குறள் அறத்துப்பால் பாலருரையுடன், முருகவிலாஸ் ஜனானுகூல பிரஸ்.

1944 - தொனிவிளக்கு (வடமொழி – த்வந்ய லோகத்தின் மொழிபெயர்ப்பு), திருச்சி.

1945 - Tolkappiyam collatikaram with English commentary, Annamalai Nagar: Annamalai University.

1945 - Historical Tamil Reader, Annamalai Nagar: Annamalai University.

1946 - வடமொழிநூல் வரலாறு, அண்ணாமலை நகர்: அண்ணா மலைப் பல்கலைக்கழகம்.

1946 - An enquiry into the relationship of Sanskrit and Tamil, Trivandrum: University of Travancore.

1947 - A comparative grammar of Tamil language, Tiruvadi.

1949 - Tolkappiyam: the earliest extant Tamil grammar text in Tamil and Roman scripts with a critical commentary in English, Porulatikaram – Tamil poetics, part I, Akattinai and Purattinai.

1949 - தெய்வப்புலவர் திருவள்ளுவர் இயற்றிய திருக்குறள் பொருட்பாலும் காமத்துப்பாலும் பாலருரையுடன், சென்னை: ஸ்ரீ காஞ்சி காமகோடிகோசஸ்தானத்தார்.

1950 - வடமொழி வரலாறு, அண்ணாமலை நகர்: அண்ணாமலைப் பல்கலைக்கழகம்.

1951 - சங்க நூல்களும் வைதிக மார்க்கமும், திருச்சினாப்பள்ளி: யுனைடெட் பிரிண்டர்ஸ் லிமிடெட்.

1952 - Tolkappiyam: the earliest extant Tamil grammar text in Tamil and Roman scripts with a critical commentary in English, Porulatikaram – Tamil poetics, part 2, kalaviyal, karpiyal and poruliyal.

1956 - Tolkappiyam: the earliest extant Tamil grammar text in Tamil and Roman scripts with a critical commentary in English, Porulatikaram – Tamil poetics, part 3, meypattiyal, Uvamai Iyal, Ceyyuliyal and Marapiyal.

கட்டுரைகள்

1927 - The first stanza in Tirukkural, Madras: Journal of Oriental research, vol. 1, pp. 277 – 280.

1927 - Cuṭṭeḻuttu (Demonstrative root) in Tamil language, Madras: Journal of Oriental research, vol. 1, pp. 371 – 374.

1928 - Compounds in Tamil language, Madras: Journal of Oriental research, vol. pp. 105 – 110.

1949 - Religion & philosophy in ancient Tamil classics, ed.&pub. By the Dharma Thondu Sabha, on the basis of a paper read at the 15th session of the All-India Oriental conference. Madras: The Liberty Press.

உரைத் தொடர்கள்

1930 - 1931 - புறநானூற்றுக் குறிப்பு, செந்தமிழ், தொகுதி *28:9; 29:1,3,9,11.*

1933 - 1935 - The Critical Study of Purananuru, The Ardra, vol. 1:1,2,4,5,6; 2:1,2&3; 3:1,2.

பொருளடக்கம்

புறநானூற்றுக் குறிப்பு 41

A Critical Study of Purananuru 73

புறநானூற்று மேற்கோள்கள் 132

பின்னிணைப்புகள்

1. History of Grammatical Theories 179

2. புறநானூற்றின் பழமை 184

3. உந்தீற்று வினைச்சொல் 187

4. உதிர் மலர் மாலை 195

5. Verses from Historical Tamil Reader 201

புறநானூற்றுக் குறிப்பு

(2) மண்டிணிந்த நிலனும்
நிலனேந்திய விசும்பும்
விசும்புதைவரு வளியும்
வளித்தலைஇய தீயுந்
தீமுரணிய நீரு மென்றாங்
கைம்பெரும் பூதத் தியற்கை போலப்
போற்றார்ப் பொறுத்தலுஞ் சூழ்ச்சிய தகலமும்
வலியுந் தெறலு மளியு முடையோய்
... ...
... ...
... ...
வான வரம்பனை நீயோ பெரும
வலங்குளைப் புரவி யைவரொடு சினைஇ
நிலந்தலைக் கொண்ட பொலம்பூந் தும்பை
யீரைம் பதின்மரும் பொருதுகளத் தொழியப்
பெருஞ்சோற்று மிகுபதம் வரையாது கொடுத்தோய்
பாஅல்புளிப்பினும் பகலிருளினு
நாஅல்வேத நெறிதிரியினுந்
திரியாச் சுற்றமொடு முழுதுசேண் விளங்கி
நடுக்கின்றி நிலியரோ வத்தை யடுக்கத்துச்
சிறுதலை நவ்விப் பெருங்கண் மாப்பிணை
யந்தி யந்தண ரருங்கட னிறுக்கு
முத்தீ விளக்கிற் றுஞ்சும்
பொற்கோட் டிமயமும் பொதியமும் போன்றே.

இச்செய்யுளின் தொடக்கத்திற் பஞ்சபூதங்களைப் பற்றிக் கூறுகையில் விசும்பின் பின்னர் வளியையும், வளியின் பின்னர்த் தீயையும், தீயின் பின்னர் நீரையுங் கூறிய முடிநாகராயர் நிலனை நீரின்பின் வையாது அதனைத் தொடக்கத்திலேயே ஏன் கூறினர்

எனச் சிலர் மனத்தில் ஐயந் தோன்றலாம். அவ்வையத்திற்குக் காரணம், அவை ஆகாசம், வாயு, அக்கினி, அப்பு, பிருதிவீ[1] என்ற முறையானே வேதங்களிற் கூறப்பட்டமையேயாகும். ஆகாசம் குறிப்பாற் சூனியப்பொருளையுணர்த்தும் என்பது கவி மரபாதலானும், இச்செய்யுளில் மன்னன் நீண்ட காலம் நிலத்தைப்போல் அசைவின்றி வாழ்க என்று கூறப்படவேண்டு மாதலானும், நிலனை முன்னர்க் கூறினர் என்னலாம்.

நிலன், விசும்பு, வளி, தீ, நீர் இவற்றிற்கும் அரசனுக்கும் பொதுத்தன்மை முறையே பொறுமை, சூழ்ச்சி, வலி, தெறல், தண்மை என்பன. நிலன், அதன்மேல் எவர் எக்குற்றத்தைச் செயினும் பொறுத்து நிற்கின்றது. ஆகலினே அதற்கு 'க்ஷோ' என்று ஒரு பெயர் வடமொழியில் வழங்குகின்றது; அரசன் பகைவரது சிறு பிழைகளையெல்லாம் பொறுப்பான். விசும்பு உலகம் முழுதுஞ் சூழ்ந்துள்ளது; அரசன் மிக்க மந்திராலோசனை யுள்ளவன். காற்று உடல்வலியுள்ளது; அரசன் உடல்வலி, படைவலி, மனவலி இவையுடையவன். தீ வெப்பமுடையது; அரசன் அழிக்குங் கோபமுடையவன். நீர் இனிமையானது; அரசன் இனிமையாய் அருள்புரிவன்.

13, 14, 15, 16 அடிகளிற் பெருஞ்சோற்றுதியஞ் சேரலாதன் பாரதப்போரிற் பெருஞ்சோறு அளித்தனன் எனக் கூறப்பட்டது. உரையில் 'இருபடைக்கும்' அளித்தனன் என்று உரைக்கப்பட்டது. இருபடைக்குங் கொடுத்தனனா? அல்லது பாண்டவர்பக்கல்நின்று அவர் படைக்குமாத்திரங் கொடுத்தனனா? என ஆராயற்பாலது. 'ஒழிய' என்ற சொல்லை நோக்கின் பாண்டவர்பக்கலே இருந் தானோ என ஐயமுண்டாகிறது. முடிநாகராயர் அந்நான்கு அடி களிலுங் கூறிய முறையை நோக்கின் பெருஞ்சோற்றுதியஞ்சேர லாதன் பாரதப்போர் நிகழ்ந்த காலத்தில் வாழ்ந்தனன் எனத் தோற்றுகின்றது. ஆயினுஞ் சில பெரியோர் அரசர்களைப் புகழும் போது அவர் முன்னோர் செய்த செயலாற் புகழ்வது வழக்கம் என்கின்றனர். அஃது ஆராயற்பாலது.

---

1 சூகாஶாத்³வாயு:, வாயோரக்³நி:, அக்³நேராப:, அத்³ப்⁴ய: ப்ருதி²வீ

[ஆகாசாத்வாயு:, வாயொரக்நி:, அக்நேராப:, அத்ப்ய: ப்ருத்வீ (தைத்திரீயோபநிஷத், 2.1)]

'நாஅல்வேத நெறிதிரியினும்' என்று ஆசிரியர் உரைத்தலின் ஆரியர்கள் தென்னாட்டுக்கு வந்து வைதிக மார்க்கத்தை நிலை நிறுத்திய பின்னரே இப்பாட்டுப் பாடப்பட்டிருத்தல் வேண்டு மென்பது வெளிப்படை. நாஅல்வேதமும் 'ருக்வேதம், யஜுர் வேதம், ஸாமவேதம், அதர்வணவேதம்' என்பனவேயாகும். நச்சினார்க்கினியர் தொல்காப்பியப் பாயிரவுரையில் நான்மறை என்பதற்கு, 'தைத்திரியமும், பௌடிகமும், தலவகாரமும், சாம வேதமும்' என்று உரைத்தது நேரிதன்று; ஏனெனில், தலவகாரம் ஸாமவேதத்தின் ஒரு சாகையாதலானும், தைத்திரியம் யஜுர் வேதத்தின் ஒரு சாகையாதலானும், பௌடிகம் என்பது பாஹ்வ்ருச்யம் என்பதின் தற்பவமாய் ருக்வேதத்தைக் குறித்த லானும் என்க.

22, 23, 24ஆவது அடிகளிற் பொதியத்தில் அந்தணர் முத்தீயில் ஹோமஞ்செய்வது கூறப்பட்டுளது. அதனால் ஆரியர்கள் வானப் பிரஸ்தாச்சிரமத்திற் பொதியத்திற்குச் சென்று ஹோமாதிகள் செய்து கொண்டிருந்தனர் என்பது விளங்கும். ஏனெனில், முத்தீயில் ஹோமாதிகளைச் செய்ய உரிமை கிருஹஸ்தர்களுக்கும் வானப் பிரஸ்தர்களுக்குமே. கிருஹஸ்தர்கள் நாட்டில் வாழ்ந்து, பிரமசாரி, ஸந்நியாசி முதலியோரைக் காப்பாற்றவேண்டியவராயினமையின் அவர்கள் மலையிற்போய் வாழ்வது நேரிதன்று. 'முத்தீ' என்பது ஞுதாஜி: ('த்ரேதாக்நி:') என்றதன் மொழிபெயர்ப்பு. அவை கார்ஹபத்தியம், ஆஹவநீயம், தக்ஷிணாக்கினி என்பன. கார்ஹபத்தியம் என்பது யாகசாலையின் நடுவில் எப்போதும் அணையாது போற்றப்படும் அக்கினி. அதற்குக் கீழண்டையில் உள்ளது ஆஹவநீயம்; தென்புறத்துள்ளது தக்ஷிணாக்கினி. ஆஹவநீயத்திலும் தக்ஷிணாக்கினியிலும் ஹோமஞ்செய்ய வேண்டிய காலத்திற் கார்ஹப்பத்தியத்திலிருந்து அவற்றிற்கு அக்கினியை எடுத்துக்கொண்டுபோவது வழக்கம்.

ஈண்டுக் 'கடன்' என்ற சொல் ஜணஃ (ருணம்) என்ற சொல்லின் மொழிபெயர்ப்பு. பிராம்மணர்களுக்கு ருணம் ருஷிருணம், தேவ ருணம், பிதிருருணம் என மூவகைப்படுமென்றும், ருஷிருணம் வேதமோதுதலானும், தேவருணம் யாகஞ்செய்தலானும், பிதி ருருணம் மக்களைப் பெறுதலானும் நீங்குமென்றும் வேதங்கள்

முதற்[2] பல நூல்களும் உரைக்கின்றன. ஈண்டுக் குறிக்கப்பட்ட ருணம் 'வேதருணம்' ஆகும். ஆகலினாற்றான் இந்நூலுரை யாசிரியர் 'செய்தற்கரியகடனாகிய' என்பதன் பின்னர் ஆவுதியை என வருவித்துக் கூறினர்.

'வானவரம்பனை' என்பதனை விளியாகக்கொண்டனர் இந் நூலுரைகாரர். அவ்வாறாயின் அதற்குப் பிரதியாக 'வானவரம்ப' என்றிருத்தல் வேண்டும். 'அண்மைச் சொல்லிற் ககர மாகும்' *(தொல்.சொல்.131.)* என்று ஆசிரியர் தொல்காப்பியனார் கூறி யிருத்தலின். அன்றியும், முன்னிலைப்பெயர் விளியேலாமையின் 'வானவரம்பனை' என்பதை முன்னிலையொருமைவினைக் குறிப்பாகக் கொள்ளலாமெனத் தோற்றுகின்றது. 'உடையோய்,' 'கொடுத்தோய்' என்பவற்றை 'உடையான்' 'கொடுத்தான்' என்ப வற்றின் விளியாகக்கொண்டு,[3] போற்றார்ப் பொறுத்தல் முதலிய குணங்களையுடையோனே, நன்னாட்டுப் பொருந, நீ வானவரம் பனை; பெரும, பெருஞ்சோற்று மிகுபதங் கொடுத்தோனே, இனி, நீ நடுக்கின்றி நிலியர் என்று வினை முடிவு செய்யலாம். அவ்வாறு கொள்ளின் 'நினக்கு நற்குணங்களோடு நன்னாடுஞ் செல்வமு மிருக்கின்றன; கொடையும் இருக்கின்றது; ஆகலின் நடுக்கின்றி நீடுவாழ்வை, இறைவன் அருள்புரிவாராக' என முடிநாகராயர் கூறியதாகும்.

---

2 ஜாயஜாநொ வெெவஹ்ராஹுண: குிஹி: ஜணவாஜாயதெ। ஷு ஹுவயெடிண ஜஷிஹ்ய:, யஜ்ஜெூந ஜெவெஹ்ய:, ஷுஜயா விகுஹ்ய: ॥

ஜாயமாநோ வைப்ராஹ்மண: த்ரிபி: ருணவாஜாயதே| ப்ரஹ் மசர்யேண ருஷிப்ய: யக்ஞேந தேவப்ய: ப்ரஜயா பித்ருப்ய:|| (தைத்திரிய ஸம்ஹிதை).

'முனிவர்கடன் கேள்வியானும், தேவர்கடன் வேள்வியானும், தென்புலத்தார்கடன் புதல்வரைப் பெறுதலானு மல்லது இறுக்கப் படாமையின்' என்றார் பரிமேலழகரும்.

3 *'உடையான்' என்பது 'தொழிலிற் கூறு மானெ னிறுதி – யாயா கும்மே விளிவயி னான' (தொல்.சொல்.133) என்ற சூத்திரத்தால் 'உடையாய்' என்றாகி, 'ஆவோ வாகும் பெயருமா ருளவே' (தொல். சொல்.195) என்ற சூத்திரத்தால் உடையோய் எனவாயிற்று.*

‘பொருதுகளத்தொழிய... ... ... கொடுத்தோய்’ என்ற தொடர் ‘குளம் நிறைய (நிறையும்வரை) மழைபெய்தது’ என்றது போன்றது.

‘நீ நிலியர்’ என்றவிடத்து நிலியர் என்ற வியங்கோள் முன்னிலையில் வந்திருப்பது நோக்கத்தக்கது. வியங்கோள் தன்மையிலும் முன்னிலையிலும் வாராது என்று ஆசிரியர் தொல்காப்பியனார் ‘அவற்றுள் - முன்னிலை தன்மை யாயீரிடத்தொடு - மன்னாதாகும் வியங்கோட் கிளவி’ *(தொல்.சொல்.226)* என்ற சூத்திரத்திற் கூறியிருக்க, ஈண்டு முன்னிலையில் வந்திருத்தலின், அது பிற்காலத்து வழக்கென்பது திண்ணம். வியங்கோள் எல்லாவிடத்தும் வருமென்பதைக் ‘கயவொடு ரவ்வொற் றீற்ற வியங்கோள் - இயலு மிடம்பா லெங்கு மென்ப’ *(நன். 338)* என்ற சூத்திரத்தில் நன்னூலார் கூறியது காண்க. ஆகலின் இச்செய்யுள் தொல்காப்பியர் காலத்துக்குப் பின்னர்ச் செய்யப்பட்டிருத்தல் வேண்டும்.

‘குளிக்கு நாடு’ என்றவிடத்து குளிக்கும் என்ற பெயரெச்சம் ‘நிலனும் பொருளும்.... செய்யுஞ் செய்த வென்னுஞ் சொல்லே’ *(தொல்.சொல்.234)* என்ற சூத்திரத்தால் நாடு என்பதனைத் தழுவிற்று எனல் அமையினும் ‘குளிக்குநாடென இடத்துநிகழ் பொருளின்றொழில் இடத்து மேல்நின்றது’ என உரைகாரர் கூறியது நிலத்தைத் தழுவுஞ் செய்யுமென் எச்சம் எல்லாம் அத்தகைய வென்பதைக் குறித்தற்கு என்னலாம்.

இச்செய்யுளில் ‘ஐம்பெரும்பூதம்,’ ‘முத்தீ,’ ‘கடன்’ என்பவை முறையே வஜ்ஜஹாஹூதெ ஜெதாஙி:, ஜணீ *(‘பஞ்சமஹாபூதம்’, ‘த்ரேதாக்நி’, ‘ருணம்’)* என்பவற்றின் மொழிபெயர்ப்பு. ‘அந்தி’ என்பது *(ஸந்த்யா)* என்பதின் தற்பவம்.

(3) **உவவுமதி யுருவி னோங்கல் வெண்குடை**
நிலவுக்கடல் வரைப்பின் மண்ணக நிழற்ற
வேம முரச மிழுமென முழங்க
நேமி யுய்த்த நேஎ நெஞ்சிற்
றவிரா வீகைக் கவுரியர் மருக
செயிர்தீர் கற்பிற் சேயிழை கணவ
பொன்னோடைப் புகரணிநுதற்
றுன்னருந்திறற் கமழ்கடாஅத்

தெயிறுபடை யாக வெயிற்கத விடாஅக்
கயிறுபிணிக் கொண்ட கவிழ்மணி மருங்கிற்
பெருங்கை யானையிரும் பிடர்த்தலை யிருந்து
மருந்தில் கூற்றத் தருந்தொழில் சாயாக்
கருங்கை யொள்வாட் பெரும்பெயர் வழுதி
நிலம் பெயரினு நின்சொற் பெயரல்
பொலங்கழற்காற் புலர்சாந்தின்
விலங்ககன்ற வியன்மார்ப
வூரில்ல வுயவரிய
நீரில்ல நீளிடைய
பார்வ லிருக்கைக் கவிகண் ணோக்கிற்
செந்தொடை பிழையா வன்க ணாடவ
ரம்புவிட வீழ்ந்தோர் வம்பப் பதுக்கைத்
திருந்துசிறை வளைவாய்ப் பருந்திருந் துயவு
முன்ன மரத்த துன்னருங் கவலை
நின்னசை வேட்கையி னிரவலர் வருவரது
முன்ன முகத்தி னுணர்ந்தவ
ரின்மை தீர்த்தல் வன்மை யானே.

ஓர் அரசன் கவலையின்றி இனிது வாழ்தற்கு ஓராழித்தலைமை பூண்டு நாடு முழுவதும் ஆணை செலுத்தியோரது மரபிற் பிறப்பும், நோயின்றி உடல்வலியோடிருக்கையும், குற்றமற்ற மனைவியுடன் வாழ்வும், வலிமிக்க தானையொடு பகைவர் தேயங்களை யழிக்கையும், அங்ஙனமழித்துப் பெற்ற பொருளை வறுமையுற்று வருந்தும் புலவர்க்கு அவரவர் முகக்குறியறிந்து கொடுத்தலும், தன் சொல்லினின்றும் ஒருபோழ்துந் தவறாமையும் இன்றியமையாதனவாம்.

அவற்றுள், சொற்பிறழாமை யென்ற பண்பைத் தவிர்த்து மற்றவை கருங்கையொள்வாட் பெரும்பெயர்வழுதி என்ற பாண்டியவரசனிடத்து உள்ளன என்றும், ஈற்றிற் கூறிய சொற் பிறழாமை என்ற குணமும் இருத்தல்வேண்டுமென்பதை இரும் பிடர்த்தலையார் இச்செய்யுளிற் கூறுகின்றனர்.

முதல் ஐந்து அடிகளான் அவன் முன்னோர் பெருமையும், 15, 16-ஆவது அடிகளில் அவனது நோயற்ற வாழ்வும், 6-ஆவது அடியில் அவன் மனைவியின் கற்பும், 7,8,9,10,11,12,13-ஆவது அடிகளில் அவன் தானையின் பெருமையும், அவன் பகைவரை அழித்தலும், 17,18,19,20,21,22,23,24,25,26-ஆவது அடிகளில் வறுமையாலும் வழியின் கொடுமையாலும் துன்புற்ற புலவர்க்கு ஈதலும், 14-ஆவது அடியில் அவன் தன் சொற்பிறழாதிருத்தல் வேண்டுமென்பதுங் கூறப்பட்டன.

நிழற்ற, முழங்க என்ற வினையெச்சங்கள் உய்த்த என்ற பெயரெச்சத்தைக்கொண்டு முடிந்தன. உய்த்த என்பது 'நேள நெஞ்சிற் றவிரா வீகைக் கவுரியர் மருக' என்ற விடத்துள்ள கவுரியர் என்பதனோடு முடிந்தது. கவுரியர் என்ற சொல்லின் பொருள் யாதென வறிதல் வேண்டும். பாண்டியவரசர் பாண்டவ வமிசத்தினர் என்று பெரியார் சிலர் கூறுகின்றனர். அவ்வாறாயின் கவுரியர் என்ற சொல் கௌரவ்யா:(கௌரவ்யா:) என்ற சொல்லின் தற்பவமாகும். கௌரவ்யா: என்ற சொல்லுக்குக் குருவமிசத்திற் பிறந்தோரென்று பொருளிருப்பினும், திருதராட்டிரன் மக்களுக்கே அச்சொல் வழங்கியுள்ளதேயெனின், அற்றன்று; வியாசபாரதத்தில் வீடுமனுக்குப் பலவிடங்களில் கௌரவ்ய: என்ற சொல்லும், ஆச்வமேதிக பருவத்திற் சிறுபான்மை பாண்டவர்க்கும் கௌரவ்யா: என்ற சொல்லும் வழங்கியிருத்தலின். ஆகலின் ஈண்டுக் கவுரியர் என்ற சொல் பாண்டவரைக் குறிக்கு மென்னலாம்.

எயிறுபடையாக வெயிற்கதவிடாஅ என்ற அடியிலுள்ள எயிற் கதவிடா என்பதைக் கருங்கையொள்வாட் பெரும்பெயர் வழூதியின் செயலாக் கொண்டு, இடாஅ என்ற வினையெச்சத்தைச் சாயா என்ற பெயரெச்சத்துடன் பொருத்துகின்றனர் புறநானூற்றுரை காரர். அவ்வாறே நச்சினார்க்கினியருங் கொண்டனர் என்பது தொல்காப்பியத்து எச்சவியல் 16ஆவது சூத்திரத்தின்கணுள்ள அவரது உரையால் விளங்கும். இதனைக் கீழ்க்குறிப்பிற் காட்டி யுள்ளார் தாக்ஷிணாத்தியகலாநிதி மகாமகோபாத்தியாய ஐயரவர் களும். அன்றியும் இடாஅ என்பது கைவிடாத என்ற வருவித்த ஒருசொல்லைத் தழுவுவதாகவுங் கூறலாமென்றும், பிணிக் கொண்ட என்பதைத் தழுவுவதாக வேறொரு சாரார் கூறுகின்றனர் எனவும் உரைத்தனர் புறநானூற்றுரைகாரர். முதற்பொருளில்

'எயிற்கதவிடுதல்' யானையின் றொழிலாகாது அரசன்றொழிலாவ தோடு யானையைப்பற்றித் தொடர்ந்து கூறுஞ் சொற்றொடரி லிருந்து 'எயிறுபடையாக வெயிற்கதவிடாஅ' என்பதைப் பிரித்து, இடாஅ என்பது சாயா என்பதைத் தழுவும் என்று கூறவேண்டிய தாகவுமுள்ளது. இரண்டாவது பொருளில் 'கைவிடாத' என்ற சொல்லை வருவித்தல்வேண்டும். மூன்றாவது கூற்றில் பொருள் இனிது விளங்கவில்லை.

பொன்னோடைப் புகரணிநுதல், துன்னருந்திறல், கமழ்கடாத்து, கயிறுபிணிக்கொண்ட கவிழ்மணிமருங்கு என்ற இவையெல்லாம் தனித்தனி அன்மொழித்தொகையாகிப் பின்னர் பெருங்கையானை என்பதற்கு அடைமொழியாக, 'பொன்னோடை... ... ... பெருங்கை யானை' என்றது ஒரு தொகைமொழியாயிற்று என்று கூறலா மெனத் தோற்றுகின்றது. அத்தோற்றத்திற்குக் காரணம், 'பெயர் நிலைக் கிளவி...' (தொல்.சொல்.70) என்ற சூத்திரத்திலுள்ள 'பெயர்நிலை' என்பதைச் சேனாவரையர் 'பெயராகிய நிலையை யுடையது பெயர்நிலை யென அன்மொழித்தொகை' என்று கூறி அதனைக் 'கிளவி' என்ற சொல்லோடு சேர்த்துத் தொகை யாக்கியதே. அவ்வாறுகொள்ளின் 'பொன்னோடைப் புகரணிநுதல்', 'துன்னருந்திறல்' முதலியவற்றிற்குப் பொருள் கூறுமிடத்துப் 'பொன்னோடைப் புகரணிநுதலையுடைய', 'அணுகுதற்கரிய வலியையுடைய' என்று ஏன் பொருள்கொள்ளவேண்டுமென்பது படிப்போர்க்கு எளிதில் விளங்கும்.

இந்தச் செய்யுளை யியற்றிய புலவர் இக்கவியில் 'இரும் பிடர்த்தலை' என்ற தொடரின் குறிப்பால் தம்மையும், 'கருங்கை யொள்வாட் பெரும்பெயர் வழுதி' என்ற சொல்லால் அரசனையுங் கூறினர்.

'நிலம் பெயரினு நின்சொற் பெயரல்' என்ற அடியில் பெயரல் என்ற வினைக்கு 'நீ' என்பது எழுவாயாகும். நின்சொல் என்பது நின்சொல்லினின்று எனப் பொருள்தந்த ஐந்தாம்வேற்றுமையுருபு தொக்குநின்ற சொல்லாகும். 'பெயரல்' போன்றனவற்றை எதிர் மறை வியங்கோளாக ஆசிரியர் தொல்காப்பியனார் சூத்திரங்களிற் கூறாதிருப்பினும், பொருளாதிகாரம் 146ஆவது சூத்திரத்தில் 'அழியல்', 'அஞ்சல்' என்ற சொற்களை எதிர்மறையில் முன்னிலை

யொருமையாக வழங்கியிருத்தலின், அல்லீற்று வினைமுற்று எதிர்மறையில் வருமென்பது அவர்க்கு உடன்பாடாகும்.

ஊரில்ல, உயவரிய, நீரில்ல, நீளிடைய என்ற சொற்கள் பலவின்பால் வினையாலணையும் பெயராய்நின்று ‘துன்னருங் கவலை’ என்ற சொல்லைத் தழுவுகின்றன. கவலை என்பது ஈண்டுப் பலவின்பால் என்பது வெளிப்படை.

உயவரிய என்பதற்குப் பொறுத்தற்கரிய உயங்குதலையுடைய என்று பொருள்கூறினர் உரைகாரர். அச்சொற்கே ‘பிழைக்குஞ் சாதனமின்மையையுடைய’ என்று பொருள் கூறலாமென்கின்றனர் ஒரு பெரியார். அவரது பொருள் பொருந்துமெனத் தோற்றுகின்றது.

‘அது முன்ன முகத்தின் உணர்ந்து’ என்ற விடத்தில் ‘அது’ என்ற சொல் ‘ஊரில்ல... இரவலர் வருவர்’ என்ற தொடரின் பொருளைக் குறிக்கின்றது. இதுபோன்ற வழக்குக்களைச் சேனாவரையர் ‘சுட்டு முதலாகிய காரணக் கிளவியுஞ் -சுட்டுப்பெய ரியற்கையிற் செறியத் தோன்றும்’ (தொல்.சொல்.40) என்ற சூத்திரத்தின்கீழ்த் தன்னின முடித்தலாற் கொண்டனர்.

‘வன்மையான்’ என்றவிடத்து ‘ஆன்’ என்ற மூன்றனுருபு ஏதுப் பொருட்கண்[4] வந்தது.

ஏமம், நே, கடாம், முகம் இவை முறையே

கெஷஜ: ஸெ்ஹ: ஜுவ8 (க்ஷேம: ஸ்நேஹ: முகம்) இவற்றின் தற்பவம்; நேமி என்பது தற்சமம்.

நே ஏ (ந் + ஏஎ) ஈண்டு ‘ஏஎ’ என்பது மூன்று மாத்திரை கொண்ட ஓரொலியெழுத்தென்பது வீரசோழியவாசிரியர், நன்னூலார் முதலானோர் கருத்து. தொல்காப்பியனார் கருத்தோ அவ்வாறின்றி ‘ஏ’ என்பதும் ‘எ’ என்பதும் தனியொலி யெழுத்துக்கள் என்பது.

(1) மூவள பிசைத்த லோரெழுத் தின்றே (எழுத்.5)

(2) நீட்டம் வேண்டி னவ்வள புடைய
கூட்டி யெழூஉத[5] லென்மனார் புலவர் (எழுத்.6)

---

4 ....இன்னானேது..... (தொல்.சொல்.74) என்ற சூத்திரத்தில் ‘ஆன்’ என்பது ஏதுப்பொருளில் வருமெனக் கூறியிருத்தல் காண்க.

5 எழூஉதல் - எழுப்புதல் (நச்.)

(3) குறியதன் முன்னமு மோரெழுத்து மொழிக்கு
மறியத் தோன்று மகரக் கிளவி[6] (எழுத்.226)

(4) குற்றெழுத் திம்பரு மோரெழுத்து மொழிக்கு
நிற்றல் வேண்டு முகரக் கிளவி[7] (எழுத். 267)

(5) எகர வொகரம் பெயர்க்கீ றாகா
முன்னிலை மொழிய வென்மனார் புலவர்
தேற்றமுஞ் சிறப்பு மல்வழி யான[8] (எழுத்.272)

(6) ஏயெ னிறுதிக் கெகரம் வருமே[9] (எழுத்.277)

(7) வேற்றுமைக் கண்ணு மதனோ ரற்றே
யொகரம் வருத லாவயி னான (எழுத்.292)

(8) அளபெடை மிகூஉ[10] மிகர விறுபெய
ரியற்கைய வாகுஞ் செயற்கைய வென்ப (சொல்.125)

(9) அளபெடை யசைநிலை யாகலு முரித்தே (பொரு.செய்.17)

என்ற சூத்திரங்களால் தெளிவாகின்றது. இவற்றுள் முதற் சூத்திரத்தில் மூவளபிசைக்கும் ஓரெழுத்து தமிழில் இல்லை யென்றும், இரண்டாஞ்சூத்திரத்தில் நெடிலுக்குமேல் அளவை நீட்டவேண்டின், அதன்பின்னர் வேண்டிய அளவுகொண்ட எழுத்துக்களை எழுப்ப வேண்டுமென்றும், 3, 4, 5, 6, 7-ஆவது சூத்திரங்களில் ஆ, ஊ, ஏ, ஏ, ஓ இவற்றிற்குப் பின்னர் சந்தியில் முறையே அ, உ, எ, எ, ஒ இவை வருமென்றும் கூறியிருப்பதும், 3, 4, 6, 7ஆவது சூத்திரங்களிலுள்ள தோன்றும், நிற்றல்வேண்டும், வரும், வருதல் என்ற சொற்களும், 5ஆவது சூத்திரத்தில் எகர வீறாக 'ஏஎ' என்பதைக் கூறியிருப்பதும் 8ஆவது சூத்திரத்தில் 'மிகூஉம்' என்ற சொல்லும், 9ஆவது சூத்திரத்தில் அளபெடையும் அசையாகலாம் என்று கூறியிருப்பதும் நோக்கத்தக்கன. மூன்று மாத்திரை, நான்குமாத்திரை கொண்ட ஓரொலி யிருக்குமாயின்

---

[6] உதாரணம் - யாஅக்கோடு, பிடாஅக்கோடு...

[7] உதாரணம் - உடூஉக்குறை

[8] உதாரணம் - ஏஎக்கொற்றா

[9] உதாரணம் - ஏஎக்கொட்டில்

[10] உதாரணம் - தொழீஇ

‘அறியத் தோன்று மகரக் கிளவி’ ‘நிற்றல் வேண்டு முகரக் கிளவி’ என இங்ஙனங்கூறாது ‘நீளல் வேண்டு மூன்றே மாத்திரை’ என்பது முதலியனவாக ஆசிரியர் கூறியிருப்பர். ‘மூவள பிசைத்த லோரெழுத் தின்றே’ என்றுங் கூறார். 8ஆவது சூத்திரத்தில் ‘மிகூஉம்’ என்னாது ‘கொண்ட’ என்றுங் கூறியிருப்பர். அன்றியும், ஆஅ, ஈஇ, முதலியவற்றை அளபெடையென்றால் ஆங்குள்ள அ, இ என்பவற்றிற்கு அளபெடையென்று பெயரா? அன்றாயின் ‘ஆஅ’ என்றவிடத்து அளபெடையாகிய ‘அ’ அசையாகுமென்று உணர்த்தும் ‘அளபெடை யசைநிலை யாகலு முரித்தே’ என்ற சூத்திரத்திற்குப் பொருள் அமையுமா? ஆகலின் தொல்காப்பியனார் கொள்கைப்படி ‘ஏஎ’ முதலியவற்றில் ‘எ’ என்பது ஒரு தனி யொலி யெழுத்தென்றும் அதற்கே அளபெடையென்ற குறியென்றுங் கூறலாகும்.

(4) **வாள், வலந்தர மறுப்பட்டன**
செவ்வானத்து வனப்புப்போன்றன
தாள், களங்கொளக் கழல்பறைந்தன
கொல்ல் லேற்றின் மருப்புப்போன்றன
தோல், துவைத்தம்பிற் றுளைதோன்றுவ
நிலைக்கொராஅ விலக்கம்போன்றன
மாவே, யெறிபதத்தா னிடங்காட்டக்
கறுழ்பொருத செவ்வாயா
னெருத்து வவ்வயி புலிபோன்றன
களிறு, கதவெறியாச் சிவந்துராஅய்
நுதிமழுங்கிய வெண்கோட்டா
னுயிருண்ணுங் கூற்றுப்போன்றன
நீயே, யலங்குளைப் பரீஇயிவுளிப்
பொலந்தேர்மிசைப் பொலிவுதோன்றி
மாக்கட னிவந்தெழுதருஞ்
செஞ்ஞாயிற்றுக் கவினைமாதோ
வனையை யாகன் மாறே
தாயி றூவாக் குழவி போல
வோவாது கூஉநின் னுடற்றியோர் நாடே.

சோழன் உருவப்பஃறே ரிளஞ்சேட்சென்னி பொற்றேரில் ஏறிக் கொண்டு காலாட்படை, குதிரைப்படை, களிற்றுப்படை இவற் றுடன் பகைவர்போர்க்களஞ்சென்று அவரை அழித்துப் போர்க் களத்திற் பொலிவுடன் தோன்றுவதையும் அப்போது பகை நாட்டுள்ளோர் அலறுவதையுங் கண்டு அவ்வரசனை நோக்கிப் பரணர் இச்செய்யுளைப் பாடினர்.

படைகளைப்பற்றி வருணிக்கவந்த புலவர் முதலிற் காலாட் படையின் வாள், தாள், தோல் இவற்றைப்பற்றிப் பின்வருமாறு கூறுகின்றனர்:- வெற்றியைப் பெற[11] மறுப்பட்டவாட்கள் செவ் வானத்தழகையடைந்தன; போர்க்களத்தைத் தனதாக்கிக்கொள்ள அருப்புத்தொழில் பறைந்த கழலையுடைய தாள்கள் கொல் லேற்றின் கொம்பை யொத்திருந்தன; அம்பாற் றுளைக்கப்பட்ட தோற்கேடகங்கள் தன்னிலையிலிருந்துந் தவறாத இலக்கம் போன்றிருந்தன. பின்னர்க் குதிரைப்படையையும் யானைப்படை யையும் பற்றிக் கூறுவதாவது:- பகைவரையழித்த தம் பாதங்களால் தம் வலிமையைக் காட்டுவனவும் கடிவாளத்தைக் குதிரை வீரர் இழுப்பதாற் சிவந்தவாயையுடையனவுமான குதிரைகள் எருத்தை வாயிற் கவ்விக்கொண்ட புலிகளைப்போன்றிருந்தன. கோபத்துடன் பகைவர் மதிற்கதவத்தை யழித்து நுதிமழுங்கிய கொம்பையுடைய யானைகள் உயிரை உண்ணும் யமன்போன்றிருந்தன.

இவ்வாறு படைகளைப்பற்றிக் கூறிப் பின்னர் அரசன் தன் சேனைகளின் இடையில் நின்று போர்புரிந்து பின் வெற்றியுடன் பொலிந்திருக்குங்காற் கடலின்கண்ணிருந்து உதித்து மேல்வரும் செஞ்ஞாயிற்றை ஒத்திருந்தனன் என்றார்.

மறுப்பட்டன, கழல்பறைந்தன, துளைதோன்றுவ இவை மூன்றும் ஒருசொல்லாய் முறையே வாள், தாள், தோல் இவற்றைத் தழுவும். மறுப்பட்டன, துளைதோன்றுவ இரண்டனையும் உரைகாரர் இவ்வாறே கொண்டனர் என்பது 'வாளாகிய மறுப் பட்டவை யெனவும்,' 'தோலாகிய துளைதோன்றுவ வெனவும் கொள்க' என்ற சொற்றொடரால் விளங்கும். கழல் பறைந்தன

---

[11] புறநா. 6, 14இல் தந்து என்பதில் தா என்ற தாதுவுக்கு உள்ள பொருளை ஈண்டுங்கொள்ளின் தர என்பதும் மூன்றாமடியில் உள்ள 'கொள' என்பதும் ஒருபொருட்கிளவியாகும்.

என்பதை மாத்திரம் ஒருமொழியாய்க் கொள்ளாது, இருமொழி யாய்க்கொண்டு, பறைந்தன என்பதை வினையாலணையும் பெய ராய்க்கொண்டு அது கழலைத் தழுவுமென்று கருதுகின்றனர். அதனானே பொருள்கூறுமிடத்துப் பறைதற்றொழிலைக் கழல தாக்கி, கழல் மருப்புப்போன்றன என்று கூறினர். செய்யுளின் போக்கை நோக்கின் கழல்பறைந்தன என்பதை மறுப்பட்டன, துளைதோன்றுவ என்பனவற்றைப்போல் ஒருமொழியாக்கி அதனைத் தாளின் செயலாகக்கொண்டு கழல்பறைந்த தாள் கொல்லேற்றின் மருப்புப்போன்றன என்று கூறலாமோ வென எனக்குத்தோற்றுகின்றது. இஃது அறிஞர் ஆராயத்தக்கது.

எறிபதத்தா னிடங்காட்ட என்பதற்கு 'எதிரியை எறியும் காலமுடையான் (காலையுடையான்) இடவாய் வலவாயாகிய இடத்தைக்காட்ட' என்று பொருள் கூறினர் உரைகாரர். ஈண்டு இரண்டு ஐயங்கள் தோன்றுகின்றன:- மறுப்படுதலையும், துளை தோன்றுதலையும், கதவெறிதலையும் முறையே வாள், தோல், களிறு இவற்றின் செயலாகக்காட்டிய புலவர் இடங்காட்டுதலை மாவின் செயலாகக்கொள்ளாது குதிரை வீரனுடைய செயலாகக் கொண்டிருப்பாரா என்பது ஒன்று. பதத்தான் என்ற சொல் பத முடையான் என்ற பொருளில் ஆன்விகுதியேற்றுச் சங்க விலக் கியங்களில் வேறிடத்தில் வந்ததாக என் ஞாபகத்திற்கு வர வில்லை. ஆகலின் அத்தொடருக்கு 'எறி = (பகைவரை) அழிக் கின்ற, பதத்தான் = கால்களால், இடம் = (தம்) வலிமையை, காட்ட = தோற்றுவிக்க' என்று பொருள்கூறின் இடங்காட்டுதல் மாவின் தொழிலாகவே இருக்கும். சென்னியின் குதிரைகள் வலிமிக்கன என்பது 'வயமான் சென்னி' (புறநா. 266) என்ற பெருங்குன்றூர்கிழார் சொல்லால் விளங்கும். 'இடம்' என்பதற்கு வலிமை யென்ற பொருள் உண்டு என்று பிங்கலந்தை கூறினும், அப்பொருளில் அச்சொல் சங்கவிலக்கியங்களில் வழங்கியுள்ளதா என்பது ஆராய்தற்குரியது.

சிவந்து என்பதற்கு வெகுண்டு என்று பொருள் கூறுவதற்குப் பிரமாணம் 'கறுப்புஞ் சிவப்பும் வெகுளிப் பொருள' (தொல். சொல், 372) என்ற சூத்திரமே.

எழுதரும் என்னுமிடத்துத் 'தருதல்' என்பது துணைவினை.

செஞ்ஞாயிறு என்பது இனச்சுட்டில்லாப் பண்புகொள்பெயர். அக்கூற்றுச்சொற்களைச் செய்யுளில்மாத்திரம் வழங்கலாம் என்று ஆசிரியர் தொல்காப்பியனார்[12] கூறுகின்றனர்.

அனையை என்பது குறிப்புவினையாலணையும் பெயர்.

மாறு என்பது காரணப்பொருள்கொண்ட பெயராயிருந்து பின்னர் காரணத்தைக்குறிக்கும் இடைச்சொல்லாகக் கொள்ளப்பட்டது எனத் தோன்றுகின்றது.

கூஉம் என்னுமிடத்து 'உம்' என்பது செய்யும் என்ற வாய்பாட்டு வினைமுற்றிலுள்ள 'உம்' விகுதி. 'கூ' என்பது வினைமுதல் (தாது). கூ, உம் இவற்றின் இடையில் உடம்படுமெய் வாராமைக்குக் காரணம் ஆசிரியர் தொல்காப்பியனார் உடம்படுமெய் வருதலை உறழ்வதாகக்கூறினமையின்[13] என்னலாம். இவ்வாறே உடம்படு மெய் யிடாது 'பூவிரிஉம்,' 'காவிரிஇன்' 'மலர்மங்கை ஒடு' என்று வேள்விக்குடிச் சாஸனத்திற் காணப்படுதலும் கருதத்தக்கது. ஆகலின் இது அளபெடையன்று. இந்தக் 'கூஉம்' என்ற சொல் நிகழ்காலத்தை மாத்திரம் குறிக்கின்றது என்பது,

> **பல்லோர் படர்க்கை முன்னிலை தன்மை**
> **அவ்வயின் மூன்று நிகமுங் காலத்துச்**
> **செய்யு மென்னுங் கிளவியொடு கொள்ளா (தொல்.சொல்.227)**

என்ற சூத்திரத்தாற் பெறப்படும்.

களம், இலக்கம், பதம் என்பன முறையே

வல:, லக்ஷ): வஜ? (கல:, லக்ஷ்ய:, பதம்) இவற்றின் தற்பவம்.

இச்செய்யுளில் உவமைகளின் நயம் நோக்கத்தக்கது.

பாடபேதம்: கழல் பறிந்தன என்று வேறுபாடமுங் கூறு கின்றனர் உரைகாரர். கழல் காலைவிட்டு நீங்கியிருப்பின் பறிந்தன என்ற பாடத்தைக் கொள்ளல்வேண்டும். அப்போது தாள்

---

[12] **இனச்சுட் டில்லாப் பண்புகொள் பெயர்க்கொடை**
வழக்கா றல்ல செய்யு ளாறே (தொல்.சொல்.18)

[13] **எல்லா மொழிக்கு முயிர்வரு வழியே**
உடம்படு மெய்யி னுருபுகொளல் வரையார் (தொல்.எழுத்.141)

பூண்தெறித்த கொம்புக்கு உவமிக்கப்படும். கழல் காலைவிட்டு நீங்காது அருப்புத் தொழில் மழுங்கியிருப்பின் பறைந்தன என்ற பாடத்தைக்கொள்ளல் தகும். அப்போது தாள் மழுங்கிய பூணையுடைய கொம்புக்கு உவமிக்கபடும்.

(5) எருமை யன்ன... ... ...
... ... யானைய முன்பிற்
கானக நாடனை ... ...
... ... இன்னொன்று மொழிவல்
நிரயங் கொள்பவரொடு ....
அளிதோ தானே ....

இச்செய்யுளால் அரசர் அருளும் அன்பும் இலராயின் நரகத்தை அடைவர் என்றும், தாய் குழந்தையை வளர்ப்பதுபோல் தன் னாட்டாரை அவர் காத்தல்வேண்டும் என்றும் நரிவெரூஉத்தலை யார் கூறுகின்றனர்.

யானைய என்பது குறிப்புவினையாலணையும் பெயராய்க் கானகம் என்பதனைத் தழுவுகின்றது.

மொழிவல் - அல்லீற்றுத் தன்மையொருமைவினை 'எதிர் காலம் பற்றி வரும்' (தொல்.சொல். 203, சேனா.) என்று சேனாவரையரும், 'அல்லீறு பகர வகரம் பெற்று எதிர்காலத்து வரும். உண்பல் வருவல் என வரும். உண்ணாநிற்பலெனச் சிறுபான்மை நிகழ்காலமும் பெறும்' (தொல்.சொல். 205, நச்.) என்று நச்சினார்க்கினியரும் கூறியிருப்பினும், 'இன்னொன்று மொழிவல்' 'கண்டனென் வருவல்' (புறநா. 23, 17), 'உவகை யொடு வருவல்' (புறநா. 165, 14) முதலிய இடங்களை நோக்கு மிடத்து, அது கூறுவோன் துணிவைக்காட்டும் (வீரசோ. கிரியா. 10, உரை.) என்று வீரசோழிய வுரைகாரர் பெருந்தேவனார் கூறுவது பொருத்தமுடைத்தெனத் தோற்றுகின்றது.

அளிதோ தானே என்னுமிடத்து, தானே என்பது 'தோற்றந் தாமே வினையொடு வருமே' (தொல். சொல். 10) என்னுமிடத்துத் 'தாமே' என்பது போன்று கட்டுரைச்சுவைபட நிற்கின்றது.

'நிரயம்' என்பது நிரய: (நிரய:) என்பதன் தற்சமம். கானகம் என்பது கானநம் (காநநம்) என்ற வடமொழியின் தற்பவம் என்பர்

ஒரு சாரார். காநநம் என்ற வடமொழிச்சொல் கானகம் என்ற தமிழ்ச்சொல்லினின்றும் ஆக்கப்பட்டதென்பர் மற்றொருசாரார்.

(6) **வடாஅது பனிபடு நெடுவரை வடக்கும்**
… …… …… …… …
ஆனிலை யுலகத் தானு மானா
துருவும் புகழு மாகி விரிசீர்த்
தெரிகோன் ஞமன்ன் போல வொருதிறம்
பற்ற லிலியரோ … … ….
…. ….. …. …. ….
பாசவற் படப்பை யாரெயில் பலதந்து
… …. …. ….
முக்கட் செல்வர் நகர்வலஞ் செயற்கே
யிறைஞ்சுக பெருமநின் சென்னி சிறந்த
நான்மறை முனிவ ரேந்து கையெதிரே
….. …… ….. …..

இச்செய்யுளிற் பாண்டியன் பல்யாகசாலை முதுகுடுமிப் பெருவழுதி, தன் பிரதாபமும் புகழும் மண்ணுலகத்திற்குக் கீழும், வானுலகத்திற்கு மேலும்,[14] பாரதவருடத்தின் எல்லை களைக் கடந்துஞ் செல்லுமாறு ஓரமின்றி அரசியலை நடத்தல் வேண்டுமென்றும், எதிர்த்த பகைஞரை யழித்து அவரது நிலங்களையும் கோட்டைகளையும் கைப்பற்றி அவற்றைத் தன்னைத்தேடிவரும் புலவர்க்கு அளித்தல் வேண்டுமென்றும், அவன் குடை சிவபிரான்கோயிலை வலம்வரும்போதன்றி மற்ற வேளைகளில் தாழக்கூடாதென்றும், அவனது சென்னி தன்னை வாழ்த்துஞ் சிறந்த அந்தணர் முன்னரன்றி வேற்றிடத்தில் வணங் கக்கூடாதென்றும், அவனது கண்ணி பகைவர் நாட்டையழிக்குந் தீயாலன்றி வேறொன்றால் வாடக்கூடாதென்றும், அவனது சினம் ஊடல்கொண்டிருக்கும் மனையாளிடமன்றி வேறிடம் தணியக் கூடாதென்றும், காம்பீரியத்துடன் அவன் இருத்தல்வேண்டு

[14] இச்செய்யுளிற் கூறப்பட்ட மண்ணுலகம், ஆகாசம், சுவர்க்க மென்பனவும் ருக்வேத ஸம்ஹிதையில் அடிக்கடி கூறப்படும் ஹுூஸொக: ஹுூவஸொூாக: ஸுூவஸொூாக: (பூலோக: புவர்லோக: ஸுவர் லோக:) என்பனவும் ஒன்றும்.

மென்றும், சந்திரனிடம்போல் எல்லோரும் அவனை அணுக விரும்புமாறு அன்புடனும், தெறுசுடர்ஞாயிற்றினிடம் போல் எல்லோரும் அவனிடம் அணுக அஞ்சுமாறு பிரதாபத்துடனும் அவன் இருந்து பூமியில் நிலைபெற்று வாழவேண்டும் என்றும் பாடினர் புலவர் காரிகிழார்.

ஆனாது என்பதற்குக் குறைவுபடாது என்பது பொருளாகும், ஹாநம் என்ற சொல் ஆனம் என்றாகி, அதிலிருந்து ஆனாது என்று வந்திருத்தல்கூடும்.

புகழுமாகி - ஆகி என்பது ஆக என்ற வினையெச்சப்பொருளில் வந்து 'பற்றலிலியர்' என்ற பிறவினையோடு முடிந்தது என்னலாம்.

தந்து - பெற்றுக்கொண்டு, கைப்பற்றி என்ற பொருளில் வரும் 'தா' என்ற வினைமுதல் வடமொழியிலுள்ள 'ஆ' என்ற உபசருக்கத்துடன் கூடிய 'தா' என்ற தாதுவிலிருந்து 'ஆ' என்ற உபசருக்கம் நீங்கி 'தா' என்று ஆயிற்றோ எனத் தோற்றுகின்றது.

வலஞ்செய்தல் என்பது 𑌪𑍍𑌰𑌦𑌕𑍍𑌷𑌿𑌣𑍀𑌕𑌰𑌣𑌂 (ப்ரதக்ஷிணீகரணம்) என்பதன் மொழிபெயர்ப்பு. ஒருவன் தெருவிற் செல்லுகையில் அவனுக்குச் சிறந்தோர் எதிர்ப்படின், அவரைத் தன் வலக்கையின் புறத்தில் வைத்துச் செல்ல வேண்டும் என்பது ஸ்மிருதிகாரர்களின் துணிபு. ஆதலின் கோயிலில் வலஞ்செய்தல் என்றால் கோயிலிலுள்ள மூர்த்தியைத் தன்வலப்புறத்திலிருக்குமாறு செல்லுகை என்பதே கருத்தாகும்.

நான்மறை என்பன இரண்டாம் புறப்பாட்டிற் கூறப்பட்ட நால்வேதமாகிய ருக்வேதம், யஜுர்வேதம், ஸாமவேதம், அதர் வணவேதம்ஆம்.

நிலமிசையான் - ஈண்டு மிசை என்பது இடப்பொருளைக் குறிக்கும் பெயர். 'ஆன்' என்ற மூன்றாம்வேற்றுமையுருபு ஏழாம் வேற்றுமைப்பொருளில் வந்தது.

வடாஅது பனிபடு நெடுவரை என்பது ஒரு தொகைமொழி. வடாஅது என்பதும் பனிபடுநெடுவரை என்பதும் தொகை யாம்போது அத்தொகையைப் பண்பொட்டு என்றார் உரைகாரர். பண்பொட்டு என்பதற்குப் பண்புத்தொகை என்பது பொருளாகும். தொகை என்ற பொருளில் ஒட்டு என்ற சொல் சேனாவரையர்

காலத்துக்கு முன்னரே வழங்கப்பட்டதென்பது அவர் வழங்கும் ‘பிரிவிலொட்டு’ (*தொல்.சொல். 415, சேனா.*) என்ற சொல்லால் விளங்கும்.

ஆனிலையுலகம் என்பது வொவொகஃ: (*கோலோகம்*) என்பதன் மொழிபெயர்ப்பு.

உலகம், நகர், முகம் என்பன முறையே வொகஃ:, நஹாஃ, ஜுவஃ (*லோகம், நகரம், முகம்*) என்பனவற்றின் தற்பவம்.

இச்செய்யுளிற் சிவபிரானைப் பற்றியும், நான்மறையைப் பற்றியும் கூறியுள்ளது நோக்கத்தக்கது.

பாடபேதம்: நான்மறைமுனிவர் என்றும் நான்மறைமுதல்வர் என்றும் இரண்டுபாடங்கள் உள. நான்மறைமுனிவர் என்பதற்கு நான்மறையைக் கற்றுணர்ந்த முனிவர் என்பது பொருளாகும். நான்மறை முதல்வர் என்பதற்கு நான்மறைகளில் முதலிற் கூறப் பட்டவர் என்பது பொருளாகும். ‘மாமறைமுதல்வ’ (*சிலப். 11, 58*) என்ற வழக்கிருத்தலால் நான்மறை முதலவர் என்ற பாடமும் பொருந்தும்.

(7) களிறு கடைஇய தாள்

… … … … … …

எல்லையு மிரவு மெண்ணாய் பகைவ

ரூர்சுடு விளக்கத் தழுவிளிக் கம்பலைக்

கொள்ளை மேவலை யாகலி னல்ல

வில்லவா குபவா லியறேர் வளவ

… … … … … … … … …

பயன்றிகழ் வைப்பிற்பிற ரகன்றலை நாடே.

இச்செய்யுளிற் சோழன் கரிகாற்பெருவளத்தானைக் கண்டு ‘நன்கு செய்யப்பட்ட தேரிலுள்ள வளவ! நீ களிற்றைச் செலுத்திய தாளினையும், கழல்தழுவிய அடியினையும், அழகுமிக்க வில்லி னையும், அம்பெய்த கவிந்த கையினையும், இலக்குமி குடி கொண்ட அகன்ற மார்பினையும், யானையைப் பெயர்த்த வலி யினையும் பெற்று இரவும் பகலும் பகைவரையெதிர்த்துக்

கொள்ளையிடவிரும்பினை; ஆகலின் உடைப்பை மீனால் அடைக்குஞ்செழிப்பையும் புதுவருவாயையுமுடைய நின் பகைவர் நாட்டின்கண் நல்லபொருள்கள் இல்லாதுபோகக்கடவன' என்று புகழ்ந்தனர்

எண்ணாய் - எதிர்மறைப்பொருள்கொண்ட வினையாலணையும் பெயர்.

நல்ல - குறிப்புவினையாலணையும் பெயர்; 'இல்லவாகுப' என்பதற்கு எழுவாயாகும்.

நாடு என்பது 'சான்றோர் பலர்யான் வாழு மூரே' (புறநா. 191) என்றவிடத்து 'ஊர்' என்ற சொற்போல் ஏழாம் வேற்றுமையுருபுதொக்க பெயர். அவ்வாறு இறுதியில் உருபு தொக்குவழங்குதற்குக் காரணம்,

'ஐயுங் கண்ணு மல்லாப் பொருள்வயின்
மெய்யுருபு தொகாஅ விறுதி யான' **(தொல்.சொல்.105)**

என்ற சூத்திரமே. உரைகாரர் 'நாடு நல்ல இல்லவாகுப' எனக் கொண்டு 'இடத்துநிகழ்பொருளின்றொழில் இடத்துமேலேறி நின்றது' என்றனர். அவ்வாறு கூறவேண்டாமெனத் தோற்றுகின்றது.

மா - வினைவேறுபடூஉம் பலபொருளொரு சொல்லாகிய 'மா' என்பது ஈண்டு இலக்குமி என்ற பொருளில் வந்தது என்பது சார்பால்[15] (பிரகரணத்தால்) அறிப்படும்.

சாபம் என்பது ஶாப: (சாப) என்பதன் தற்சமம்.

(8) வையங் காவலர் வழிமொழிந் தொழுகப்
போகம் வேண்டிப் பொதுச்சொற் பொறாஅ
திடஞ்சிறி தென்னு மூக்கந் துரப்ப

---

[15] **ஈண்டு, அவற்றுள்**
வினைவேறு படூஉம் பலபொரு ளொருசொல்
வேறுபடு வினையினு மினத்தினுஞ் சார்பினுந்
தேறத் தோன்றும் பொருடெரி நிலையே **(தொல்.சொல்.53)**
என்ற சூத்திரம் கவனித்தற்குரியது.

வொடுங்கா வுள்ளத் தோம்பா வீகைக்
கடந்தடு தானைச் சேரலாதனை
யாங்கன மொத்தியோ வீங்குசெலன் மண்டிலம்
பொழுதென வரைதி புறக்கொடுத் திறத்தி
மாறி வருதி மலைமறைந் தொளித்தி
யகலிரு விசும்பி னானும்
பகல்விளங் குதியாற் பல்கதிர் விரித்தே.

தனக்குரிய நாடு சிறியதாயிருப்பினுஞ் சேரமான் கடுங்கோ வாழியாதன் இப்புவியிலுள்ள அரசரனைவருந் தனக்குத் திரை செலுத்தித் தன்னை வணங்குமாறு, குறைவற்ற மனத்திண்மை யுடனும், முன் வைத்த காலைப் பின்வையாத் தானையுடனும் அவரை யெதிர்த்துத் தன் வசமாக்கி அரசியல்நடாத்தித் தன்னை அணுகிவந்த புலவர்பெருமக்கட்கு மிக அளித்தனன் என்றும், பகலவனும் மதியும் அகன்ற விசும்பின்கண்ணிருந்தும் எக்காலும் விளங்காமையாலும், பகலினேனும் இரவினேனும் தங் கதிர் களைப் பரப்பி விளங்கிப் பின் மறைவதானும் அவ்விருவருள் எவருஞ் சேரமானுக்கு ஒவ்வார் என்றும் இச் செய்யுளிற் கூறினர் புலவர்பெருமான் கபிலர்.

சேரலாதனுக்கும் மண்டிலத்திற்குமுள்ள தன்மைகள் முரண் படும்: அவை வருமாறு: (1) இடஞ்சிறிதேனும் ஊக்கமொடு விளங்கினன் சேரன்; அகலிருவிசும்பின்கண்ணிருந்தும் எக்காலும் விளங்க ஊக்கமற்றுப் பகலின்கண்ணே பகலவனும், இரவின் கண்ணே மதியும் விளங்கும். (2) போரில் முன்வைத்த காலைப் பின்வையாது பகைவரைக் கொல்லுந் தானையுடையன் சேரன்; பகலிறுதியிற் பகலவனும், பகற்றொடக்கத்தில் மதியும் புறங் காட்டி மறையும். (3) ஒடுங்கா உள்ளத்தினன் சேரன்; அத்த மலையின்கண் மறைந்து ஒளியும் மண்டிலம். (4) தமிழகம் தனக்கும் பிறர்க்கும் பொது என்ற சொல்லைப் பொறான் சேரன்; பொழுதின் பகற் பகுதியைப் பகலவனும், இராப்பகுதியை மதியமும் தமதாக்கும். (5) எப்பொழுதுங் குறைவற்ற ஈகையோன் சேரன்; இடம் மாறி வருதலின் உத்தராயணம் தக்ஷிணாயணம் இவ்விரண்டினும் ஒருவகையான ஒளியுடையதிலது பகலவன்,

சுக்கிலபக்கம், கிருட்டிணபக்கம் இவ்விரண்டினும் ஒருமுறையான ஒளியுடையதிலது மதியம் எனக் காண்.[16]

போகம் என்ற சொற்கு அரசியற்றன்மை என்ற பொருள் கொள்ளுவது சாலும். வடமொழியில் அப்பொருள் உண்டு. அவ்வாறாயின் 'பொதுச்சொற் பொறாஅது வையங்காவலர் வழி மொழிந்தொழுகப் போகம் வேண்டி' என்பது அந்நுவயமாகும். ஆகவே பொதுச்சொல் என்பதற்கு (நிலம்) பொதுவென்ற சொல் என்பது பொருளாம். போகம் என்பதற்கு இன்பநுகர்வு என்றும், பொதுச்சொல் என்பதற்கு இழிசொல் என்றும் பொருள் கொண்டனர் பேராசிரியர். அன்றியும், அவர் 'பொறாஅது' என்ற பாடங்கொள்ளாது பெறாஅது என்ற பாடங்கொண்டனர் என்பது 'முற்றுச் சிறப்பில்லாக்கட்டுரை யெய்தான்' என்னுமிடத்து 'எய்தான்' என்றசொல்லான் விளங்கும்.[17] அவ்வாறாயின், பாட்டின் முதலிரண்டடிகட்கும் 'வையங்காவலர் வழிமொழிந்தொழுகவும், போகம்வேண்டிப் பொதுச்சொற்பெறாஅதும்' என்பது பொருளாகும். அப்போது வேண்டி என்பது காரணப்பொருளைஉணர்த்தும் வினையெச்சமாகிப் பெறாஅது என்பதைத் தழீஇ நிற்கும். 'பகல் விளங்கலை' என்ற பாடங்கொண்டு மண்டிலம் என்பதற்கு மதி என்று பொருள் கூறினர் பேராசிரியர்: 'பகல் விளங்குதி' என்று கொண்டு மண்டிலம் என்பதற்குப் 'பகலவன்' என்று பொருளுரைத்துப் பேராசிரியர் கூறியதைப் பிறர்மதமாகக்கூறினர் புறநானூற்றுரைகாரர்.

---

[16]

சேரலாதன்	மண்டிலம்
இடஞ்சிறிதென்னுமூக்கந் துரப்ப	- அகலிருவிசும்பினானும் பகல் விளங்குதி (விளங்கலை)
கடந்தடுதானை	- புறக்கொடுத்திறத்தி
ஒடுங்கா வுள்ளம்	- மலைமறைந்தொளித்தி
பொதுச்சொற் பொறாஅது	- பொழுதென வரைதி
ஓம்பா வீகை	- மாறி வருதி

[17] இதனை எனக்குக் கூறியது என் நண்பருள் ஒரு பெரியார்.

அரசன்றன்மை கூறும் ஒவ்வொரு தொடருக்கும், மண்டிலத் தன்மை விளக்கும் ஒவ்வொரு தொடருக்கும் முறையே மண்டிலத் திற்கும் அரசனுக்கும் பொருந்துமாறு குறிப்புப்பொருளுணர்த்தினர் பேராசிரியர்.

அகலிருவிசும்பினானும் என்றவிடத்து உம்மை இருத்தலானும், அரசன்றன்மை கூறுமிடத்து உம்மையில்லாமையானும் இடஞ்சிறி தென்னும் என்பது இடஞ்சிறிதேனும்[18] என்றிருப்பின் நலமென்று தோன்றுகின்றது.

விளங்கலை, விளங்குதி என்ற இருபாடங்களையும் நோக்கு மிடத்து இந்தச் செய்யுளை யியற்றிய ஆசிரியரே ஒருகால் ஒருபாடத்துடனும் மற்றொருகால் மற்றொரு பாடத்துடனும் இச்செய்யுளைப் பாடினரோ என்றும், அவ்வாறாயின் சோழர்குலத் தலைவனானபகலவனும், பாண்டியர்குலத்தலைவனானமதியமும் சேரலாதனுக்கு ஒப்பாகாமையின், அவர் வழித்தோன்றல்களும் ஒருகாலும் ஒவ்வார் என்ற குறிப்புப்பொருள் அவர் உள்ளத்தில் இருந்ததோ என்றுங் கருத இடனுண்டாகின்றது.

விசும்பினானும் என்றவிடத்து ஆன் உருபு ஏழாம்வேற்றுமைப் பொருளில் வந்தது.

போகம், தானை, மண்டிலம் என்ற மொழிகள் முறையே ஹொ஗, ஸெநா, ஊணி: (போகம், ஸேநா, மண்டிலம்) என்ப வற்றின் தற்பவம்.

(9) ஆவு மானியற் பார்ப்பன மாக்களும்
பெண்டிரும் பிணியுடை யீரும் பேணித்
தென்புல வாழ்நர்க் கருங்கட னிறுக்கும்
பொன்போற் புதல்வர்ப் பெறாஅ தீரு
மெம்மம்பு கடிவிடுது நும்மரண் சேர்மினென
வறத்தாறு நுவலும் பூட்கை மறத்திற்
கொல்களிற்று மீமிசைக் கொடிவிசும்பு நிழற்று

---

[18] இடஞ்சிறிதென்னும் என்றவிடத்து இடஞ்சிறிதெனினும் என்றிருத்தல் கூடுமா வென்று என் நண்பர் பெரியாருள் ஒருவருடன் ஆய்ந்தபோது, இடஞ்சிறிதேனும் என்றிருந்திருக்கலாம் என்றனர்.

மெங்கோ வாழிய குடுமி தங்கோச்
செந்நீர்ப் பசும்பொன் வயிரியர்க் கீத்த
முந்நீர் விழவி னெடியோ
னன்னீர்ப் பஃறுளி மணலினும் பலவே.

பாண்டியன் பல்யாகசாலை முதுகுடுமிப்பெருவழுதி அறப் போர் முறையினின்றும் அணுவளவும் மாறாது வெற்றிபெற்றதைக் கூறி, அவன் பல்லாண்டு வாழ்க என்று இச்செய்யுளில் வாழ்த்தினர் நெட்டிமையார்.

பெருவழுதி போர்புரிவதற்குமுன் பகையரசரது ஆவினையும் ஆபோன்ற பிராமணர்களையும், மகளிரையும், பிணியுடை யாரையும், மகப்பேறு பெறாதாரையும் அரண்சேரக் கூறுதலை நோக்குமிடத்து, அவர் காலத்து நாட்டின் நாகரிகம் எங்ஙனம் இருந்தது என்பது நன்கு விளங்கும்.

பார்ப்பனமாக்கள் என்பதற்கு ஆனியல் என்ற அடைமொழி எற்றுக்கு எனின், பிறர் குறைவின்றி வாழவேண்டுமென்றே கடவுளைப் போற்றித்[19] தமக்கு விதித்த அறுதொழிலையுந் தவறாது நடாத்தி ஆனைப்போன்று பிறர் நன்மைக்கே உலகில் வாழும் அந்தணர்களைக் குறித்தற்கு என்னலாம். ஆகவே, அரசர் வணிகர் முதலினோரின் தொழில் புரியும் அந்தணர்கள் ஈண்டுக் குறிக்கப்பட்டிலராகும். மக்கள் ஆறறிவினரென்றும் மாக்கள் ஐயறிவின ரென்றும் ஆசிரியர் தொல்காப்பியனார் மரபியலிற் கூறியிருக்க, ஈண்டு நெட்டிமையார் மாக்கள் என்று கூறியிருப்பாரா என்று ஓராராய்ச்சி தோன்றுகின்றது. மக்களென்பதன் நீட்ட லெனின், மாக்களென்பதற்கு மக்களென்பதன் பொருளினும் மாறான பொருளிருக்க, அவ்வாறு அவர் வழங்கார். அவ்விரு சொற்கட்குமுள்ள வேறுபாடு மறைந்தகாலத்தில் இச்செய்யுளைப் பாடினரெனின், தொல்காப்பியத்திற்கு வெகுகாலம் பிற்பட்டது இச்செய்யுளென்று கூறல்வேண்டும்.

---

19 ஞொகாஸஸஜஸதா: ஸுவிநொ ஹவஜு

(லோகாஸ்ஸமஸ்தா: ஸுகிநோ பவந்து.)

தென்புலவாழ்நர் என்பதற்குப் பிதிரர்[20] என்பது பொருளாகும். அவர் தெற்கில் வாழ்கின்றனரென்பது யஜுர்வேதத்துத் தைத்திரீய சாகை[21] முதலியவற்றால் விளங்கும். நம் முன்னோர் எப்பிறப்பினராக இருப்பினும் நாம் பிதிரர்களுக்குச் செய்யுஞ் சடங்கின் பயனை அவர்க்குத் தக்கபடி உணவாக மாற்றி அவரிடஞ் சேர்ப்பிக்கின்றனர் பிதிரர் என்பது மிருதிநூலார் கொள்கை.

பேணி என்ற சொல் போற்றி என்ற பொருள்படுமென்பது 'அமரர்ப்பேணியும்... ....' *(புறநா. 99)* என்றவிடத்து உரையான் விளங்கும்.

'தங்கோச் செந்நீர்ப் பசும்பொன் வயிரியர்க்கீத்த', 'முந்நீர் விழவின்', 'நன்னீர்ப் பஃறுளி' என்றவற்றான் முறையே பெருவழூதியின் முன்னோனது ஈகையும், அவன் விழவுசெய்ததும், பஃறுளி என்ற ஆற்றை வெட்டுவித்ததும் அறியப்படுகின்றன.

பல என்ற சொல் பல ஆண்டுகள் என்ற பொருளைக் குறிக்கும். அஃது ஏழாம்வேற்றுமையுருபு தொக்குநின்ற சொல்லாகும்.

ஆவும் மாக்களும் என்றவிடத்து உயர்திணையும் அஃறிணையும் விராய் எண்ணுதல் 'உயர்திணை மருங்கினும்....' *(தொல்.சொல். 48)* என்ற சூத்திரத்தாற் கொள்ளுகின்றனர் தெய்வச்சிலையார்.

பஃறுளி என்பது பல் துளி என்ற சொற்களாலாகிய சொல். பல் + துளி என்பது பஃறுளி என்றும் பற்றுளி என்றும் ஆகலாம்.

அல்வழி யெல்லா முறழென மொழிப. (தொல். எழுத். 369.)

தகரம் வரும்வழி யாய்த நிலையலும்
புகரின் றென்மனார் புலமை யோரே (தொல். எழுத். 370)

---

[20] Cf. குறள், *43*, பரிமேலழகர் உரை.

[21] 𑌦𑍇𑌵 𑌮𑌨𑍁𑌷𑍍𑌯𑌾 𑌦𑌿𑌶𑍋 𑌵𑍍𑌯𑌭𑌜𑌨𑍍𑌤 𑌪𑍍𑌰𑌾𑌚𑍀𑌂𑌦𑍇𑌵𑌾 𑌦𑌕𑍍𑌷𑌿𑌣𑌾
𑌪𑌿𑌤𑌰𑌃 𑌪𑍍𑌰𑌤𑍀𑌚𑍀𑌂 𑌮𑌨𑍁𑌷𑍍𑌯𑌾 𑌉𑌦𑍀𑌚𑍀𑌂 𑌰𑍁𑌦𑍍𑌰𑌾𑌃
தேவ மநுஷ்யா திஸோ வ்யபஜந்த ப்ராசீந்தேவா தக்ஷிணாபிதர: ப்ரதீசீ மமநுஷ்யா உதீசீம் ருத்ரா: (தைத்திரீய ஸம்ஹிதா 6 ஆவது காண்டம். 1,1).

என்பன காண்க. ஈண்டு ஆய்தத்தின் ஒலி றகரத்தின் ஒலியைச் சற்று ஒத்திருக்கும். அவ்வாறே ககரம், சகரம், டகரம், தகரம், பகரம் இவற்றிற்குமுன்னுள்ள ஆய்தமும் முறையே அவ்வவற்றின் பின்னுள்ள வல்லெழுத்தொலியை ஒத்து ஒலிக்கும். இவ்விடயம், சார்ந்துவரி னல்லது தமக்கியல் பிலவென *(தொல்.எழுத்.101)* என்ற தொல்காப்பியச் சூத்திரத்தான் விளங்கும். இப்போதும் வட மொழியில் 𑌕𑌃 𑌕𑌰𑍋𑌤𑌿 (𑌕𑌃𑌕𑌰𑍋𑌤𑌿), 𑌕𑌃 𑌪𑌨𑍍𑌤𑌿 (𑌕𑌃𑌪𑌨𑍍𑌤𑌿) *[க:கரோதி, (க:கரோதி), க:பந்தி (க:பந்தி)]* என்ற விடங்களில் ககரத்திற்கு முன்னுள்ள விஸர்க்கத்தின் ஒலிக்கும், பகரத்திற்கு முன்னுள்ள விஸர்க்கத்தின் ஒலிக்கும் உள்ள வேற்றுமை இங்கு ஒப்பிட்டறியத் தக்கது.

பார்ப்பனன், அரண் என்பன முறையே 𑌬𑍍𑌰𑌾𑌹𑍍𑌮𑌣𑌃, 𑌶𑌰𑌣𑌮𑍍 *(ப்ராஹ்மண:, சரணம்)* என்பவற்றின் தற்பவம். கடன், அறத்தாறு என்பன முறையே 𑌋𑌣𑌮𑍍, 𑌧𑌰𑍍𑌮𑌮𑌾𑌰𑍍𑌗𑌃 *(ருணம், தர்மமார்க:)* என்பவற்றின் மொழிபெயர்ப்பு.

(10) **வழிபடு வோரை வல்லறி தீயே**
… …… … …
நீமெய் கண்ட தீமை காணி
னொப்ப நாடி யத்தக வொறுத்தி
…… …… …… …
தண்டமுந் தணிதிநீ ……
அமிழ்தட் டானாக் கமழ்குய் யடிசில்
…… … … …

சோழன் நெய்தலங் கானல் இளஞ்சேட்சென்னி தன்னை வழிபடுவோரின் உள்ளக்கருத்தை நன்கு அறிந்தும், குறளை மொழி கட்குக் காது கொடாமலும், தீமைபுரிந்தோனை அத்தீமைக்குத்தக ஒறுத்தும் தீங்குபுரிந்தோன் அடைக்கலம்புகின் அவன் குற்றத்தைப் பொறுத்தும், இனிய உணவை வந்தோர்க்கு மனமார்ந்து அளிக்கும் மனையாளொடு கூடியும், வேற்றரசரால் வெல்லப்படாமலும், பின்னர் வருந்தாது முன்னரே ஆய்ந்து வினை களைச்செய்தும், புகழை எங்கும் பரப்பி விளங்கியிருந்தனன் என்று ஊன்பொதி பசுங்குடையார் அவனைப் புகழ்ந்தனர்.

அறிதி என்பது அறிதீ என நீண்டது.

அத்தக என்பதற்கு அதற்குத் தக்கவாறு என்பது பொருள் ஆகலின் அதற்கு, தக என்பன அத்தக என்றாயிருத்தல் வேண்டும்.[22] 'அ' என்ற சுட்டு வினையெச்சத்துடன் கூடி ஒருசொல்லாய் வழங்கப்பட்டது நோக்கற்பாலது.

தண்டம், அமிழ்து என்பன முறையே 𑌦𑌣𑍍𑌡𑌃 𑌅𑌮𑍃𑌤𑌮𑍍 (தண்ட:, அம்ருதம்) என்ற சொற்களின் தற்பவம்.

(11) "பாடினிக்கு ... ... பாண்மகன்

என்பது அது வெனுருபுகெடக் குகரம் வந்தது; உயர்திணையாகலின்" என்றனர் புறநானூற்றுரைகாரர். ஆகலின்,

அதுவென் வேற்றுமை யுயர்திணைத் தொகைவயின்
அதுவெ னுருபுகெடக் குகரம் வருமே. (தொல்.சொல்.94)

என்ற சூத்திரத்திற்கு இளம்பூரணர் கூறிய பொருளைத்தான் கொண்டனர் என்பது வெளிப்படை. அவர் வேறு சில இடங்களிற் சேனாவரையர் கொள்கையைப்பற்றினர் என்பது பின்னர்வரும் புறப்பாட்டுக்களுள், காட்டப்படும்.

(13) இவன்யா ரென்குவை யாயின்
... ...

'இவன் யார்' என்றவிடத்து இவன் என்பது சோழனைக் குறிக்கின்றது என்பது எல்லோருக்கும் ஒப்ப முடிந்தது. ஆகலின் அது படர்க்கைச்சொல்லேயாகும். அவ்வாறிருக்க, அதனை முன்னிலைப் படர்க்கையென்று கூறி அவ்வாறுள்ள வழக்கைத் தொல்காப்பியச் சொல்லதிகாரத்து இறுதிச் சூத்திரத்தானமைக்க வேண்டுமென்று நச்சினார்க்கினியர் கூறுவது எற்றுக்கு என்பது விளங்கவில்லை.

(14) கடுங்கண்ண கொல்களிற்றாற்
காப்புடைய வெழுமுருக்கி
... ...
முன்புதுரந்து சமந்தாங்கவும்

---

[22] Cf. அதற்குத்தக வொறுத்தல் (குறள். உரைப்பாயிரம், பரிமேலழகருரை).

... ...

சாப நோன்ஞாண் வடுக்கொள வழங்கவும்

... ...

வலிய வாகுநின் றாடோய் தடக்கை
புலவு நாற்றத்த பைந்தடி
பூநாற் றத்த புகைகொளீஇ யூன்றுவை
கறிசோ றுண்டு ... ...

... ...

சேரமான் செல்வக்கடுங்கோவாழியாதன் பகையரசரின் கணைய மரத்தை அழிக்குமாறு கொல்களிறுகளைச் செலுத்துதலானும், மேம்பட்ட குதிரைகளை அகழ்களில் விழாது நிறுத்துதலாலும், புறத்திலுள்ள அம்பறாத்தூணியிலிருந்து அம்புகளை வில்லினின்று எய்தலானும், பரிசிலர்க்கு மிகுதியாய் அளித்தலாலும், அவன் கை வலியவாய் உள்ளனவென்றும், சிறந்த உணவை உண்ணுதலையன்றி வேறுவினைசெய்யாத தன் கைகள் மெல்லியவாயிருந்தன என்றும் கூறினர் கபிலர்.

ஈண்டு 'ஊன்றுவை கறிசோறுண்டு' என்னுமிடத்து உண்டல் பொதுவினையாகாதென்று இளம்பூரணரும், 'உண்டலென்பது உண்பன தின்பனவெனப் பிரித்துக்கூறும்வழிச் சிறப்புவினை யாம்: பசிப்பிணிதீர நுகரப்படும் பொருளெல்லாம் உணவெனப் படுமாகலிற் பொதுவினையுமாம். கறியொழித்து ஏனையவற்றிற் கெல்லாம் உண்டற்றொழி லுரித்தாகலிற் 'பன்மைபற்றிக் கூறினா ரெனினு மமையும்' என்று சேனாவரையரும், 'கறிசோறுண்டு என்றவழி உண்டு என ஒருவினையான் வந்ததாலெனின் அது பொது வினை எனக் கொள்க', என்று தெய்வச்சிலையாருங் கூறினர். அதனைப் பொதுவினையாகவேகொண்டு 'அடிசில் உண்டார்' என்ற உதாரணங்காட்டினர் நச்சினார்க்கினியர். ஈண்டுப் புற நானூற்றுரைகாரர் 'உண்டென்பது பொதுவினையன்றேனும் கறி யொழிந்தவற்றிற்கெல்லாஞ் சேறலின், பன்மைபற்றி அமைத்துக் கொள்ளப்படும்; ...இதனைப் பொதுவினை யென்றுரைப்பாரு முளர்' என்றனர். இவற்றை நோக்கின் புறநானூற்றுரைகாரருக்கு 'உண்டல்' என்பதை இளம்பூரணர் போல் பொது வினையாகக் கொள்ளாது, சேனாவரையர்போல் பன்மைபற்றிய வழக்கால் அமைப்பதே கருத்தென்பதும், தெய்வச்சிலையார், நச்சினார்க்

கினியர் இவ்விருவர்போலப் பொதுவினையாகவே கொள்ளுதல் தம் கருத்தன்றென்பதும் விளங்குகின்றன. ஆகலின் இவர் சேனா வரையர் நச்சினார்க்கினியர் காலத்திற்குப் பிற்பட்டவர் போலும்.

சமம் என்பது ஸஜ: (ஸம:) என்பதின் தற்பவம், சாபம் என்பது ஒாவ: (சாப:) என்பதின் தற்சமம். தாடோய் தடக்கை என்பதும் ஆஜாநுவாஹு: (ஆஜாநுபாஹு:) என்பதும் ஒருபொருட்கிளவி.

(15) கடுந்தேர் குழித்த ஞெள்ள லாங்கண்
வெள்வாய்க் கழுதைப் புல்லினம் பூட்டிப்
பாழ்செய் தனையவர் நனந்தலை நல்லெயில்
... ...
தேர்வழங் கினைநின் றெவ்வர் தேஎத்துத்
துளங்கியலாற் பணையெருத்திற்
பாவடியாற் செறனோக்கி
னொளிறுமருப்பிற் களிறவர
காப்புடைய கயம்படியினை
யன்ன சீற்றத் தனையை யாகலின்
விளங்குபொன் னெறிந்த நலங்கிளர் பலகையொடு
நிழல்படு நெடுவே லேந்தி யொன்னா
ரொண்படைக் கடுந்தார் முன்புதலைக் கொண்மார்
நசைதர வந்தோர் நசைபிறக் கொழிய
வசைபட வாழ்ந்தோர் பலர்கொல் புரையி
னற்பனுவ னால்வேதத்
தருஞ்சீர்த்திப் பெருங்கண்ணுறை
நெய்ம்மலி யாவுதி பொங்கப் பன்மாண்
வீயாச் சிறப்பின் வேள்வி முற்றி
யூப நட்ட வியன்களம் பலகொல்
யாபல கொல்லோ பெரும வாருற்று
விசிபிணிக் கொண்ட மண்கனை முழவிற்
பாடினி பாடும் வஞ்சிக்கு
நாடல் சான்ற மைந்தினோய் நினக்கே.

முதுகுடுமிப்பெருவழுதி பகைவர்நாட்டின் நல்லரண்களைக் கழுதைப்புல்லினங்களாற் பாழ்செய்து, விளைவயல்களைக் குதிரைகளால் அழித்துக் காவலுள்ள வாவிக்கண் தன் பெரும் யானைகளைப் படிவித்தனன் என்றும், அவனது தூசிப்படையை

எதிர்த்த பலர் தோல்வியடைந்தனர் என்றும், அவ்வரசர்கோமான் பல்யாகங்களைச் சிறப்புற நடாத்திப் பல யூபங்களை நட்டனன் என்றும், தன்னை யணுகிய விறலி முதலியோர்க்குத் தக்க பரிசில் அளித்தனன் என்றும் இப்பாட்டிற் கூறுகின்றனர் நெட்டிமையார்.

அரசன் தானே சென்று பகைவர் நாட்டை யழித்த பின்னர்த் தூசிப்படை ஆங்காங்குச் செல்லற்குக் காரணம் என்னை? யாகங்களை முடித்த பின்னர் யூபம் நட்டது எவ்வாறு பொருந்தும்? என்ற இரண்டு ஐயங்கள் உண்டாகின்றன. அன்றியும், 'யூபம் நட்ட வியன்களம் பலகொல்' 'நின் தூசிப்படையை யெதிர்த்து வசைபடவாழ்ந்தோர் பலர்கொல்' என்பது இப்பாட்டின் கருத் தாயின், யூபம்நட்ட வியன்களம் பலகொல், நீ யழித்த ஒன்னார் பலர்கொல் என்று கூறியிருத்தல் நேரிதாயிருக்க இவ்வாறு ஏன் அவர் கூறினரென்ற வினாவிற்கும் விடையிறுக்க வேண்டியதாகின்றது.

ஈண்டு 'மாண் வீயாச்சிறப்பின் வேள்வி' என்றது அரசர்களுக்குச் சிறந்த அசுவமேதயாகத்தைக் குறிக்கலாம்; 'அரசன் ஸார்வபௌம காமனாயிருப்பின் அசுவமேதஞ் செய்க'[23] என்று சிரௌத சூத்திரங்களிற் கூறியிருத்தல் இங்குக் கருதத்தக்கது. அவ்வாறு அயமேதமென்ற வேள்வியே இச்செய்யுளிற் குறிக்கப்படுவதாயின், அரசன் வேள்விபுரிதற்குமுன் குதிரையைத் தூசிப்படையுடன் நாடுமுழுதும் விடுதல் விதியாம். அவ்விதிக்கு ஏற்பப் பெரு வழுதியும் தூசிப்படையை விடுத்தான் என்னலாகும். இவ்வாறு கொள்ளின் 11ஆம் அடியிலுள்ள 'ஆகலின்' என்ற சொல்லும் பொருந்தும். அரசனை நேரில் எதிர்க்க வலியற்ற பகைவர் அவன் தம் நாடுகளை அழித்தமையாற் சினங்கொண்டு அவனது தூசிப்படையை யெதிர்க்கத்தலைப்பட அத்தானையையும் வெல்ல மாட்டாது மாற்றார் வசைபடத் தோற்றனரென்று கொள்ளுதல் சாலும்.

---

[23] ஸாவஃஹஊ௸ கூாஜொ கூஷ்வெஜெயெந யஜெத
[ஸார்வபௌம் காமோ அஸ்வமேதேந யஜேத (தைத்திரீய ச்ரௌத சூத்திரம்)].

வேள்வி முற்றி யூபம் நடுதல் பொருந்தாதாகலின் யூபம் என்பதற்கு வெற்றித்தூண்[24] என்பது பொருளாகக் கொள்க: கொள்ளின் அரசன் பல அயமேதங்களை இயற்றிப் பலநாடுகளில் தன் வெற்றித் தூண்களை நாட்டினன் என்று கொள்ளலாகும்.

20, 21ஆம் அடிகளை நோக்கின் இவ்வரசன்பெயருக்கு அசுவமேதம் இயற்றிய என்ற அடைமொழியுங் கூட்டலாமோ?

எயில், தேஎத்து என்ற சொற்கள் முறையே இரண்டாம் வேற்றுமை, ஏழாம்வேற்றுமை உருபுதொக்க சொற்களாம். அவை வினையின் பின்னர் வழங்குதலை,

> **'ஐயுங் கண்ணு மல்லாப் பொருள்வயின்**
> **மெய்யுருபு தொகாஅ விறுதி யான'** **(தொல்.சொல்.105)**

என்ற சூத்திரத்தாற் கொள்க.

பாவடியான் என்னுமிடத்து ஆன் உடனிகழ்ச்சிப்பொருளில் வந்தது.

அவர என்பது பலவின்பாற்குறிப்பு வினையாலணையும் பெயர்.

படியினை என்ற தன்வினை படிவித்தனை என்ற பிற வினைப்பொருளில் வந்தது.

பொன் என்பது ஆகுபெயராய்ப் பொன்னாற்செய்த ஆணி பட்டத்தைக் குறிக்கின்றது.

எறிந்து என்ற செய்வினை எறியப்பட்ட என்ற செயப் பாட்டுவினைப் பொருளில் வந்தது.

யூபம்:- 'ஆவோ டல்லது யகர முதலாது' *(தொல். எழுத். 65)* என்று தொல்காப்பியர் கூறியிருக்க, இங்கு நெட்டிமையார் 'யூபம்' என்ற சொல்லை வழங்கியிருப்பாரா என்பது ஆராய்ச்சிக்கு வருகின்றது.

---

24 யூபம் என்ற சொல்லை வெற்றித்தூண் ஜயஸ்தஹ: *(ஜயஸ்தம்பம்)* என்ற பொருளில் வடமொழிப்புலவர்பெருமான் காளிதாஸன் அஷ்டாதஶ த்வீப நிவாத யூபே: *[அஷ்டாதஸ த்வீப நிசாத யூப: (ரகுவம்சம், 6, 38)]* என்றவிடத்தில் வழங்கியிருத்தலும் ஶப்த கல்பத்ருமே *(சப்த கல்ப த்ருமத்தில்)* அப்பொருள் கூறியிருத்தலுங் காண்க.

அவர் பாடிய செய்யுளுள் தற்சமச்சொற்கள் இல்லாமையின் ‘யூபம்’ என்ற விடத்து ‘ய்’ என்பது உடம்படுமெய்யாக வந்திருக்கலாம்.

உயர்திணை அஃறிணை இரண்டற்கும் பொதுவாக ‘யாபல’ என அஃறிணையை நெட்டிமையார் வழங்கியது,

‘பலவயி னானு மெண்ணுத்திணை விரவுப்பெயர்
அஃறிணை முடிபின செய்யு ளுள்ளே’ **(தொல்.சொல்.51)**

என்ற சூத்திரத்தாற் கொள்ளலாம்.

வேதம்,ஆவுதி, களம் என்பன முறையே வெஉ:, ஆஹுதி: வஒ: *(வேத:, ஆஹுதி:, கல:)* என்பனவற்றின் தற்பவமாம்.

(16) **வினைமாட்சிய விரைபுரவியொடு**
... ...
விளைவயல் கவர்பூட்டி
மனைமரம் விறகாகக்
கடித்துறைநீர்க் களிறுபடீஇ
யெல்லுப்பட விட்ட சுடுதீ விளக்கஞ்
செல்சுடர் ஞாயிற்றுச் செக்கரிற் றோன்ற
... ...
முருகற் சீற்றத் துருகெழு குருசில்
ஏம நன்னா டொள்ளெரி யூட்டினை
நாம நல்லமர் செய்ய
வோராங்கு மலைந்தன பெருமநின் களிறே.

இராசசூயம் வேட்ட பெருநற்கிள்ளியின் குதிரைப்படை சிறந்த குதிரைகளுடனும் மேகம்போன்ற கேடகங்களுடனும் பகைவர் நாடு சென்று முன்னுள்ள விளைவயல்களைக் கொள்ளை யூட்டிப் பின்னர்க் காவன்மரங்களை விறகாகுமாறுவெட்ட, அவன் யானைகள் காவலுடைய வாவிகளிற் படிய, நாடு அழியுமாறு தங்கிய அவனது பெருஞ்சேனையாற் கொளுத்தப்பட்ட தீயின் ஒளி ஞாயிற்றின் ஒளிபோல்தோன்ற, அவன் மனத்துக்கு ஏற்பக் களிற்றுப்படைகள் பகைவரை எதிர்க்க, அரசன் துணைவேண்டாது போரில் வென்று, சீற்றத்தில் முருகக்கடவுள் போன்று வாளில் புலாலுடனும் மார்பில் சந்தனத்துடனும் விளங்கி வளம்பொருந்திய பகைவர் நன்னாட்டை எதிர்த்தனன் என்று பாண்டரங்கண்ணனார் இச்செய்யுளில் அவ்வரசனைப் புகழ்கின்றனர்.

17-ஆம் அடியிலுள்ள 'ஊட்டினை' என்பதனை வினையெச்ச மாக்கி, அடுத்த அடியிலுள்ள செய்ய என்பதனுடன் கூட்டி, மலைந்தன என்பதனை முற்றுவினையாகக் கொண்டனர் உரை காரர். இச்செய்யுளில் அரசனுடைய களிற்றுப்படையினும் அரசனைச் சிறப்பித்துக் கூறுதல் சிறந்ததாகலின் மலைந்தன என்பதனை வினையாலணையும் பெயராய்க் களிற்றுடன்கூட்டி, நல்லமர் செய்யுந்தொழிலைக் களிற்றின் தொழிலாய்க் கொண்டு, ஊட்டினை என்பதனை முற்றுவினையாகவே கொள்ளலாம்.

இனி, ஊட்டி படீஇ இவ்விரண்டும் ஊட்ட, படிய என்ற பொருளில் வந்தன என்று கொள்ளின் நலமெனத் தோற்றுகின்றது.

'எல்லுப்பட இட்ட சுடுதீ யென்றதனைத் தானைக்கு அடை யாக்குக' என்ற உரைவாக்கியத்தின் கருத்து சுடுதீயிடுதல் தானையின் செயல் என்பதே.

குருசில் என்பது,

> **'எஞ்சிய விரண்டி னிறுதிப் பெயரே**
> **நின்ற ஈற்றய னீட்டம் வேண்டும்'** **(தொல்.சொல்.144)**

என்ற சூத்திரப்படி இங்கு குருசீல் என்றிருத்தல்வேண்டும். உயரீற்றுச்சொற்கள் அண்மைவிளியில் இயற்கையாயிருத்தல்போல (தொல். சொல். 127), லகரவீற்றுச் சொல்லும் அண்மைவிளியில் இயல்பாயிற்று என்று கூறல்வேண்டும். அவ்வாறாயின் அவ் வழக்குத் தொல்காப்பியர் காலத்துக்குப் பிற்பட்டதாகும்.

நாம் என்பதற்கு அச்சம் என்று பொருள் என்பது,

> **'பேநா முருமென வரூஉங் கிளவி**
> **யாமுறை மூன்று மச்சப் பொருள'** **(தொல்.சொல்.365)**

என்ற சூத்திரத்தால் விளங்கும். நாம என்பது நாம் என்பதினின்று பிறந்த பலவின்பாற் குறிப்புவினையாலணையும் பெயராகும்.

செக்கரின் என்றவிடத்து 'இன்' ஒப்புப்பொருளில் வந்தது.

தானை, ஏமம், அமர் என்பன முறையே ஸேநா, க்ஷேம:, ஸமர: (சேநா, க்ஷேம:, ஸமர:) என்பவற்றின் தற்பவமாம்.

A Critical Study of Purananuru

Perundevanar, the author of the Tamil Bharata is the compiler of the anthology which goes by the name of Purananuru. At the commencement of the work he invokes, in the first stanza, God Siva in his aspect of ardha-narisvara with wreaths made of Konrai flowers both on his crest and on his chest, with the crescent moon on his forehead and seated on a white bull.

[It is the opinion of a Tamil-scholar-friend of mine that Peruntevanar is the compiler of this anthology, since he may have invoked God Siva that this compilation may be completed without any obstacle – P.S.S][1]

2nd verse

மண்டிணிந்த நிலனும்
நிலனேந்திய விசும்பும்
விசும்புதைவரு வளியும்
வளித்தலைஇய தீயுந்
தீமுரணிய நீருமென்றாங்
கைம்பெரும் பூதத்தியற்கை போலப்
போற்றார்ப் பொறுத்தலுஞ் சூழ்ச்சிய தகலமும்
வலியுந் தெறலு மளியு முடையோய்
நின்கடற் பிறந்த ஞாயிறு பெயர்த்துநின்
வெண்டலைப் புணரிக் குடகடற் குளிக்கும்
யாணர் வைப்பி னன்னாட்டுப் பொருந
வான வரம்பனை நீயோ பெரும

1 The Ardra, 1933, vol.1, part 2.

வலங்குளைப் புரவி யைவரொடு சினைஇ
நிலந்தலைக் கொண்ட பொலம்பூந் தும்பை
யீரைம் பதின்மரும் பொருதுகளத் தொழியப்
பெருஞ்சோற்று மிகுபதம் வரையாது கொடுத்தோய்
பாஅல்புளிப்பினும் பகலிருளினு
நாஅல்வேத நெறிதிரியினுந்
திரியாச் சுற்றமொடு முழுதுசேண் விளங்கி
நடுக்கின்றி நிலியரோ வத்தை யடுக்கத்துச்
சிறுதலை நவ்விப் பெருங்கண் மாப்பிணை
யந்தி யந்தண ரருங்கட னிறுக்கு
முத்தீ விளக்கிற் றுஞ்சும்
பொற்கோட் டிமயமும் பொதியமும் போன்றே.

Muranjiyur Mudinagarayar is the author of this verse. He addresses here the Chera King Perunjorru Udiyan Cheral adan thus:

Oh king! you are endowed with the qualities of forgiving the enemies, broad vision, mental and physical strength, majestic splendour and sweetness of disposition like the five great elements – earth, ether, air, fire and water, earth dense with dust, ether pervading through earth, air moving through ether, fire emanated from air and water, the enemy of fire; you lord over the land so rich with the yearly produce and so extensive from east to west that the sun both rises and sets in it; your land extends to the sky; you are great; you freely supplied plenty of food in the war in which the hundred wearing the garlands made of golden tumbai flowers took away the land from, and consequently angered by, the five seated on their horses with moving plume of hair on their heads. Milk may turn sour by nature; the day may become dark; the path demarcated by the four Vedas may be disturbed; still may you remain undaunted with faithful attendants and relatives and attain permanence like the Himalayas with its golden peaks and the Mt. Potiyam where beautiful deer with long eyes warm themselves with their young ones having tiny heads in the triad-fire on which the brahmans pay their debts (to Gods) both morning and evening.

Date of composition

The statements *நால்வேதநெறி திரியினும்* and *அந்தியந்தண ரருங்கட னிறுக்கும்* clearly show that this verse should have been composed after the Tamilians adopted the Vedic religion; *அருங்கடன்* here refers to the brahmin's debt to be discharged to Gods. A brahmin is said to be born with three debts – to gods, to sages, to pitrus or manes – the first being discharged by offering oblations to gods, the second by the study of the Vedas and the third by giving birth to children.[2]

The expression *நீ............நிலியர்* shows that this verse is later than Tolkappiyam; for Tolkappiyanar explicitly states that viyankol vinai or verb in the optative mood is not used either in the second person or in the first person.[3] But here it finds itself used in the second person. Hence it should have taken sometime after him for such a usage to have become current. It is evident that later on it began to be used in all the three persons from the sutra in Nannul,

கயவொடு ரவ்வொற் றீற்ற வியங்கோள்
இயலு மிடம்பா லெங்கு மென்ப (நன். 338)

If then this verse is taken to be later than Tolkappiyam, one has to suspect the veracity of the statement in the commentary on Iraiyanar Akapporul that Muranjiyur Mudinagarayar was a poet of the first Sangam and Tolkappiyanar belonged to the middle sangam.

The last point which deserves our careful consideration is the mention of the king having supplied provisions to the contending parties – *ஐவர்*, the five and *ஈரைம்பதின்மர்*, the hundred. The commentator

---

2 Jayamano vai brahmanah tribhih rinava jayate brahmacharyena rishibhyah yajnena devebhyah prajaya pitribhyah (Taithriya Samhita).

3 **அவற்றுள்**
முன்னிலை தன்மை யாயீ ரிடத்தொடு
மன்னா தாகும் வியங்கோட் கிளவி (தொல்.சொல்.226)

takes ஐவர் and ஈரைம்பதின்மர் to refer to Pandavas and Kauravas respectively. If that be so, both the hero of the verse and the composer should have lived at the time of Mahabharata war. In that case Tolkappiyanar has to be taken to have lived before that time. But a study of my Tolkappiyac cholladikarak kurippu may enable every reader to believe that he should have existed after yaska, the author of Nirukta. To avoid this difficulty some scholars are of opinion that Pernjorrudiyan Cheral did not himself supply the provisions in the Mahabharata war, but one of his ancestors did it and the same deed of charity is transferred to him. But in other verses in Purananuru itself whenever mention is made of the deeds of the ancestors of the hero, the hero is addressed as one born in their families.[4] Hence the right solution seems to me to ascertain whether ஐவர் and ஈரைம்பதின்மர் refer to Pandavas and Kauravas or to some kings of the Tamil land who had fought with one another.

Literary and Grammatical notes

The mention of மண் (earth) at the commencement of this verse instead of ஆகாயம் (ether) as is done in Upanishads seems to be due to the desire on the part of the poet not to mention akasa at the beginning since it is taken to suggest nothingness.

The four vedas referred to here are Rigveda, Yajurveda, Samaveda and Atharvanaveda and not Taithriya, Pantika (Bahorea), Talavakara and Samaveda mentioned by Nachinarkkiniyar in his commentary on the payiram of Tolkappiyam; for Taittiriya is one of 10 recensions of Yajurveda and Talavakara is one of 1000 recensions of Samaveda.

The commentator says that the king supplied provision to both the contending parties; but it seems to me that he sided the Pandavas and supplied them with provisions till Duryodhana and his brothers were utterly destroyed.

---

4 **தவிரா வீகைக் கவுரியர் மருக (புறநா.3)**

ஓடாப் பூட்கை யுரவோன் மருக (புறநா. 126)

The words *கடன்* and *முத்தீ* are the literal translation of rina and treta and *ஐம்பெரும்பூதம்* is the partial translation of panchamahabhuta. *அந்தி* (anti) is the Tamilised form of Sandhya.

வானவரம்பனை should be taken as an appellative verb in the second person singular, but not a noun in the vocative case, since ‘ai’ is the verbal termination of the second person singular and the second personal pronoun has no vocative case.[5]

3rd verse

உவவுமதி யுருவி னோங்கல் வெண்குடை
நிலவுக்கடல் வரைப்பின் மண்ணக நிழற்ற
வேம முரசு மிழுமென முழங்க
நேமி யுய்த்த நேஎ நெஞ்சிற்
றவிரா வீகைக் கவுரியர் மருக
செயிர்தீர் கற்பிற் சேயிழை கணவ
பொன்னோடைப் புகரணிநுதற்
றுன்னருந்திறற் கமழ்கடாஅத்
தெயிறுபடை யாக வெயிற்கத விடாஅக்
கயிறுபிணிக் கொண்ட கவிழ்மணி மருங்கிற்
பெருங்கை யானையிரும் பிடர்த்தலை யிருந்து
மருந்தில் கூற்றத் தருந்தொழில் சாயாக்
கருங்கை யொள்வாட் பெரும்பெயர் வழுதி
நிலம்பெயரினு நின்சொற்பெயரல்
பொலங்கழற்காற் புலர்சாந்தின்
விலங்ககன்ற வியன்மார்ப
வூரில்ல வுயவரிய
நீரில்ல நீளிடைய
பார்வ லிருக்கைக் கவிகண் ணோக்கிற்
செந்தொடை பிழையா வன்க ணாடவ
ரம்புவிட வீழ்ந்தோர் வம்பப் பதுக்கை
திருந்துசிறை வளைவாய்ப் பருந்திருந் துயவு
முன்ன மரத்த துன்னருங் கவலை

---

5 **நும்மின் றிரிபெயர் வினாவின் பெயரென்று**
அம்முறை யிரண்டு மவற்றியல் பியலும் (தொல்.சொல்.143)

நின்னசை வேட்கையி னிரவலர் வருவரது
முன்ன முகத்தி னுணர்ந்தவ
ரின்மை தீர்த்தல் வன்மை யானே

Irumpitar-t-talaiyar *(இரும்பிடர்த் தலையார்)* the author of this verse addresses here the Pandyan King Karunkai-yol-vat-perum-peyar-valuti *(கருங்கை யொள்வாட் பெரும் பெயர் வழுதி)* thus:

Oh king! you are born in the family of Kauravas noted for their unstinted charity and tender heart who exercised their sovereignty by enabling their tall white-umbrella of full-moon shape to throw its shade on the earth girt with seas of limited boundary and by beating their drums signifying their protection: you are the husband of women of unblemished chastity adorned with fine ornaments: you are a Pandya of big name with strong hand and shining sword: your deed does not prove itself inferior to the dreadful and un-preventable deed of yama: it is done by you seated on the big neck of the elephant with stout trunk, on whose sides hang ropes to which are attached bells with their mouth downward, who breaks open the gates at the fortress (of the enemy) with his tusks serving as weapons, whose temples smell ichor, whose strength is too great for another to approach, whose forehead is full of spots and adorned with gold plates: you have your legs provided with golden anklets and a wide chest with your ribs stretched on which the sandal-paste is dry. Needy poets eager to receive presents may go to you through the cross-ways lined with silk-cotton trees on which dwell hawks with their extended feathers and curved mouths near which lie heaps of corpses of warriors fallen at the shower of arrows shot by bold warriors who never miss in their aim and who, with their seats on high platforms, locate the position (of the enemy) with concentrated attention. Besides the paths (taken by the poets) are such that there are no villages, near them, that they bring in misery, that there is no water near by and that they are very long. They will go to you because you are capable of understanding what they have in their minds by merely looking at them and relieving their distress. Hence you should never swerve from your word even at the risk of losing your kingdom.

The poet praises the King's high parentage by the first five lines, his healthy life by fifteenth and sixteenth lines, his conjugal felicity by the sixth line, the strength of his elephant by the lines seventh to thirteenth and the difficulty experienced by the poets to reach him by the lines seventeenth to twenty-third. Since the king thus possesses all the requisites of King, he requests him to keep up his word.

Literary and Grammatical notes

The words *நிழற்ற* and *முழங்க* govern the word *உய்த்த* which, in its turn, qualifies *கவுரியர்*.

கவுரியர். It is believed that the Pandyan Kings descended from Pandavas. If so, one may doubt whether the word *கவுரியர்* here is appropriate since it is generally used to denote Duryodhana and his brothers. It is worthy of note that the word Kauravya means a descendant of Kuru and is applied to Bhima in many places and to Pandavas in the Asvamedha-parvan of Mahabharata. Hence here Kauriyar may mean Pandavas.

எயிறுபடையாக வெயிற்கதவிடாஅ The commentator on Purunanuru first takes the verbal participle *இடாஅ* to denote the action of the King and makes it govern *சாயா*. He then takes it as the lengthened form of *இட* and makes it govern *கைவிடாத* which is understood. The latter seems to be better.

The expressions *பொன்னோடைப் புகரணிநுதல், துன்னருந் திறல், கமழ்கடாத்து, கயிறுபிணிக் கொண்ட கவிழ்மணி மருங்கு* have to be taken as Bahuvrihi compounds qualifying the substantive *பெருங்கையானை*. In that case the whole expression from *பொன்னோடை* to *பெருங்கையானை* is a compound noun. This view has the support in the manner in which Senavaraiyar takes the word *பெயர் நிலைக்கிளவி* in the sutra,

பெயர்நிலைக் கிளவி காலந் தோன்றா
தொழினிலை யொட்டு மொன்றலங் கடையே (தொல். சொல் 70)

The word *இரும்பிடர்தலை* in the eleventh line suggests the name of the author and the word *கருங்கை யொள்வாட் பெரும்பெயர் வழுதி* in the thirteenth line suggests the name of the King.

பெயரல். The subject of *பெயரல்* should be 'you'. The word *பெயரல்* should be taken as a verb in the optative negative mood second person, singular. Such a form has not been explicitly mentioned by Tolkappiyanar in the section on verbs. Still it is inferred that such a usage was current in his time by similar expressions *அழியல், அஞ்சல்* etc. found in this 146th sutra Porul-atikaram. It is worthy of consideration by scholars whether *பெயரல்* may be taken as the abbreviated form of *பெயரலாய்* in the same way as *செய்* is considered to be the abbreviated form of *செய்யாய்* by most of the commentators on Tolkappiyam on the strength of the sutra,

செய்யா யென்னு முன்னிலை வினைச்சொற்

செய்யென் கிளவி யாகிட னுடைத்தே (தொல். சொல். 450)

ஊரில்ல, உயவரிய, நீரில்ல, நீளிடைய. All these four should be taken as participial forming adjuncts to *துன்னருங்கவலை*. The word *அது* in *அது முன்னமுகத்தின் உணர்ந்து* refers to the idea contained in the previous sentence. In the opinion of Senavaraiyar such a usage finds sanction under the sutra,

சுட்டுமுத லாகிய காரணக் கிளவியுஞ்

சுட்டுப்பெய ரியற்கையிற் செறியத் தோன்றும் (தொல். சொல். 40)

வன்மையான். ஆன் in the word *வன்மையான்* shows cause.

The words *ஏமம், நே, கடாம்* are the Tamilised forms of the Sanskrit words kshema, sneha and ghata.

நேஎ (ந் x ஏஎ). All the Tamil grammarians from the author of Viracoliyam down words take *ஏஎ* as one letter having three matras. But according to Tolkappiyanar *ஏ* is a separate letter having two matras and *எ* is a separate letter having one matra. A detailed discussion on the same is found in my book "History of Grammatical Theories in Tamil and their relation to Grammatical Literature in Sanskrit" to be published in the Journal of Oriental Research, Madras. (refer *பின்னிணைப்பு I - (ப-ர்)*.

4th Verse

வாள், வலந்தர மறுப்பட்டன
செவ்வானத்து வனப்புப்போன்றன
தாள், களங்கொளக் கழல்பறைந்தன
கொல்ல் லேற்றின் மருப்புப்போன்றன
தோல், துவைத்தம்பிற் றுளைதோன்றுவ
நிலைக்கொராஅ விலக்கம்போன்றன
மாவே, யெறிபதத்தா னிடங்காட்டக்
கறுழ்பொருத செவ்வாயா
னெருத்துவவ்விய புலிபோன்றன
களிறு, கதவெறியாச் சிவந்துராஅய்
நுதிமழுங்கிய வெண்கோட்டா
னுயிருண்ணுங் கூற்றுப்போன்றன
நீயே, யலங்குளைப் பரீஇ யிவுளிப்
பொலந்தேர்மிசைப் பொலிவுதோன்றி
மாக்கட னிவந்தெழுதருஞ்
செஞ்ஞாயிற்றுக் கவினைமாதோ
வனையை யாகன் மாறே
தாயி றூவாக் குழவிபோல
வோவாது கூஉ நின் னுடற்றியோர் நாடே

Paranar *(பரணர்)* gives, in this verse, a vivid description of the army of the Chola King Uruva-p-pal-ter-ilan-cet-cenni (*உருவப் பஃறேரிளஞ்சேட்சென்னி)*, just after he defeated one of his enemies in his own city. It is thus:-

Swords which were stained (with blood) after having brought victory had the grandeur of the evening sky. Legs whose anklets were deprived of the workmanship after having captured the battle–field resembled the horns of fighting bulls. Leather-shields which were full of holes on account of being pierced through with well-tempered arrows were like unfailing targets. Cavalry which exhibited their strength by their gallop and which had their mouths reddened by the bridle resembled tigers pouncing upon oxen. Elephantry whose tusks had their tips blunted on account of their having dashed against the (fortress) gates with ferocity seemed as if they were the God of Death preying upon the lives of creatures (Oh King!) Seated brilliantly on the golden chariot drawn by horses with their moving frontlets you appear like the red (morning) sun rising with splendour from the wide sea. Since you are so, the inhabitants of the land of your enemies un-interruptedly are weeping loudly like children bereft of mothers.

Literary and grammatical notes

The words *வாள்*, *தாள்*, *தோல்*, *மா* and *களிறு* are plural in number since the addition of the pluralizing particle *கள்* to ahrinai *(அஃறிணை)* nouns was optional. This has the authority of Tolkappiyar in his sutra

தெரிநிலை யுடைய வஃறிணை யியற்பெயர்

ஒருமையும் பன்மையும் வினையொடு வரினே. (தொல்.சொல்.பெய. 17)

The words *மறுப்பட்டன*, *கழல் பறைந்தன*, *துளைதோன்றுவ* are *வினையாலணையும் பெயர்* respectively standing as adjuncts to *வாள்*, *தாள்* and *தோல்*.

வலந்தர. Here the word *தர* means 'to get' and not to give. Similar usage is found in,

பாசவற் படப்பை யாரெயில் பலதந்து (புறநா.6, 14)

The Tamil '*தா*' has sometimes the meaning of the Sanskrit da (long) with the preposition a (long).

The commentator takes the lines,

தாள் களங்கொள கழல் பறைந்தன

கொல்ல் லேற்றின் மருப்புப் போன்றன

to mean, the legs having taken hold of the battle-field, the anklets lost their workmanship and resembled the horns of fighting bulls. The defect in this interpretation is this:- The words *மறுப்பட்டன*, *துளைதோன்றுவ* in lines, 1 and 5 are taken to be compound words serving as adjuncts to *வாள்* and *தோல்* respectively; but here *கழல் பறைந்தன* is taken for two separate words and the comparison is taken to be between கழல் and மருப்பு and not between தாள் and மருப்பு. Since the author of the verse speaks of வாள், தோல், மா, களிறு and compares them to செவ்வானம், இலக்கம், புலி and கூற்று, it is necessary that he should speak of தாள் and compare it with மருப்பு. The point of comparison between தாள் and மருப்பு may be explained thus: Infantry, their legs and anklets are respectively compared to fighting bulls, their horns and the metal caps deprived of the workmanship on account of the fight, so also the legs of the infantry have their anklets deprived of the workmanship on account of their having taken hold of the battle-field.

The phrase, 'எறிபதத்தா னிடங்காட்ட' means, according to the commentator 'On the horseman having feet which could destroy foes or which could touch the sides of the horse showing the right and the left direction'. When the action contained in the words மறுப்பட்டன in line 1, துளைதோன்றுவ in line 3, சிவந்துராஅய் in line 10 is respectively taken to belong to வாள், தோல் and களிறு, the action contained in இடங்காட்ட is here taken to belong to எறிபதத்தான் and not to மா. This seems to be a defect. Hence the word எறிபதத் தான் may be taken as a word in the third case and the word இடம் may be taken to mean strength so that the phrase may mean 'On the horses showing their strength with their feet which they throw fiercely in their gallop'. There seems to be another defect also in the interpretation of the commentator:- மா is in the plural number and எறிபதத்தான் is in the singular number. Since there should be a horseman for every horse, it is not likely that the author could have used the word as the nominative singular, but would have used it as the instrumental plural.

In the meaning given by me, the comparison is very clear. The horses with their mouth reddened in their gallop are like tigers which have in their mouths the bleeding oxen which they have killed.

That this king was noted for his cavalry is seen from the statement 'வயமான் சென்னி' in (புறநா. 266).

எறியா means எறிந்து.

The meaning *வெகுண்டு* (having been angered) of the word *சிவந்து* has the authority of Tolkappiyar in his sutra *கறுப்புஞ் சிவப்பும் வெகுளிப் பொருள (தொல்.சொல்.372)*

உராஅய் is another form of *உரா அ இ*. Final *ய்* and இ may be interchanged on the strength of the sutra

இகர யகர மிறுதி விரவும் (தொல்.எழுத்.58)

எழுதரும். *தரும்* here is an auxiliary verb.

செஞ்ஞாயிறு. Though it was considered that there was only one sun and hence there is no need for the restrictive adjective *செம்மை*, still it was used in poetry. In such instances the adjective has no restrictive force. Such usage is sanctioned in,

இனச்சுட் டில்லாப் பண்புகொள் பெயர்க்கொடை
வழக்கா றல்ல செய்யு ளாறே (தொல்.சொல்.18).

மாதோ is expletive.

அனையை means you who are of such description and hence a *வினையாலணையும் பெயர்*.

மாறு was used in the sense of the instrumental case suffix.

கூஉம் is of the type *செய்யும்* which was only present tense at the earlier period and not future tense also as at the period of Nannular. Hence '*உ*' is a part of the suffix *உம்* and *கூ* is the root. One need not mistake *உ* as an *அளபெடை*. The use of intervocalic consonants was only optional at the time of Tolkappiyam. This is clear from the sutra

எல்லா மொழிக்கு முயிர்வரு வழியே
உடம்படு மெய்யி னுருபுகொளல் வரையார் (தொல்.எழுத்.141)

and also from the following words found in Velvikudi grants:- *காவிரி இன், பூவிரி உம், மலர்மங்கை ஒடு* etc.

The word *நாடு* means by metonymy 'the inhabitants of the place'.

The words *களம், இலக்கம்* and *பதம்* are respectively the tadbhava of Sanskrit Khala, lakshya and pada.

Reading. கழல் பறிந்தன is another reading for கழல் பறைந்தன: the former means those whose anklets haven fallen down and the latter, those the workmanship of whose anklets has been destroyed.

5th Verse.

எருமை யன்ன கருங்கல் லிடைதோ
றானிற் பரக்கும் யானைய முன்பிற்
கானக நாடனை நீயோ பெரும
நீயோ ராகலி னின்னொன்று மொழிவ
லருளு மன்பு நீக்கி நீங்கா
நிரயங் கொள்பவரொ டொன்றாது காவல்
குழவி கொள்பவரி னோம்புமதி
யளிதோ தானேயது பெறலருங் குரைத்தே.

The poet நரிவெரூஉத்தலையார் describes the state of the country of the Chera King கருவூரேறிய ஒள்வாட்கோப் பெருஞ் சேரலிரும்பொறை and advises him thus;-

Oh King! You are the lord of the forest region strong with elephants which spread like herd of oxen through the whole land with slabs as black as buffaloes. You are great. So I shall tell you one thing more. Without allowing yourself to be classed with those who always reside in hell on account of the absence of grace and love in them, you better protect the land like those who tend children. It deserves to be attended to.

அன்ன is an இடைச்சொல் denoting comparison.

ஆனின் The fifth-case suffix இன் here denotes comparison.

யானைய is a வினையாலணையும் பெயர்.

கானக நாடனை is an appellative verb.

மொழிவல் is first person singular. Senavaraiyar (சேனா வரையர்) thinks that it denotes future tense, Naccinarkkiniyar (நச்சினார்க்கினியர்) says that it sometimes denotes present tense also and the commentator on Viracoliyam (வீரசோழியம்), that it denotes the determination of the speaker. The last is borne out by the sentences

இன்னொன்று மொழிவல், கண்டனென் வருவல் (புறநா.23,17),

உவகையொடு வருவல் (புறநா.165,14) etc.

நிரயம் is the tatsama of Skt. niraya. *கானகம்* is in the opinion of some, the tadbhava of Skt. kanana. Others think that it is a pure Tamil word.

6th Verse.

வடாஅது பனிபடு நெடுவரை வடக்குந்
தெனாஅ துருகெழு குமரியின் றெற்குங்
குணாஅது கரைபொரு தொடுகடற் குணக்குங்
குடாஅது தொன்றுமுதிர் பௌவத்தின் குடக்குங்
கீழது, முப்புண ரடுக்கிய முறைமுதற் கட்டி
னீர்நிலை நிவப்பின் கீழு மேல
தானிலை யுலகத் தானு மானா
துருவும் புகழு மாகி விரிசீர்த்
தெரிகோன் ஞமன்ன் போல வொருதிறம்
பற்ற லிலியரோ நிற்றிறஞ் சிறக்க
செய்வினைக் கெதிர்ந்த தெவ்வர் தேஎத்துக்
கடற்படை குளிப்ப மண்டி யடர்ப்புகர்ச்
சிறுகண் யானை செவ்விதி னேவிப்
பாசவற் படப்பை யாரெயில் பலதந்
தவ்வெயிற் கொண்ட செய்வுறு நன்கலம்
பரிசின் மாக்கட்கு வரிசையி னல்கிப்
பணியிய ரத்தைநின் குடையே முனிவர்
முக்கட் செல்வர் நகர்வலஞ் செயற்கே
யிறைஞ்சுக பெருமநின் சென்னி சிறந்த
நான்மறை முனிவ ரேந்து கையெதிரே
வாடுக விறைவ நின் கண்ணி யொன்னார்
நாடுசுடு கமழ்புகை யெறித்த லானே
செலிய ரத்தைநின் வெகுளி வாலிழை
மங்கையர் துனித்த வாண்முகத் தெதிரே
ஆங்க, வென்றி யெல்லாம் வென்றகத் தடக்கிய
தண்டா வீகைத் தகைமாண் குடுமி

தண்கதிர் மதியம் போலவுந் தெறுசுட
ரொண்கதிர் ஞாயிறு போலவு
மன்னிய பெருமநீ நிலமிசை யானே

The poet *காரிகிழார்* blesses the Pandiyan King *பல்யாகசாலை முதுகுடுமிப் பெருவழுதி* thus:-

Oh King! May you remain impartial without siding one party or the other like the pointer in a weighing balance, with your fame creating dread and spreading unmitigated in the land north of the Himalayas (big snowy mountain) situated in the north, south of the Cape Comorin which creates fear and which is situated in the south, east of (the Bay of Bengal) the sea dashing against the shore situated in the east and dug (by Sagara) and west of the ancient Indian Ocean situated in the west and below the sea in the land (bhu-loka) which is first in the series of worlds and above the celestial world! May your might increase! You having ordered your army, extensive as the sea, to take hold of the countries of enemies who opposed your actions, having taken hold of many fortresses surrounded by wide and green fields of corn with elephants having small eyes and spotted forehead, and having presented the poets with the best of those ornaments got therein according to their rank, may your umbrella be lowered only when you go round the temple of the three-eyed God (Siva) invoked by sages! May your head be bent under the blessing hands of the sages well versed in the four Vedas! May your garland fade on account of sweet-smelling smoke caused by setting the enemies' countries on fire! May your anger subside before the angry faces of women (wives) provided with fine ornaments! Oh Kutumi who has suppressed in your mind your victory and who is well-known for liberal gifts, may you, the great, prosper in this land, sweet like the cool-rayed moon and awe-inspiring like the hot-rayed sun!

Literary and Grammatical notes

The expressions *வடாஅது பனிபடு நெடுவரை வடக்கும், தெனாஅ துருகெழு குமரியின் தெற்கும், குணாஅது கரைபொரு*

தொடுகடற் குணக்கும் and குடாஅது தொன்றுமுதிர் பௌவத்தின் குடக்கும் are each a compound word. ஆனிலையுலகம் seems to be the literal translation of go-loka.

The three worlds referred to here are bhuloka, bhuvarloka and suvarloka.

உலகத்தானும். The third case suffix ஆன் is used in the sense of the seventh case suffix கண்.

ஆகி has to be taken in the sense of ஆக modifying பற்றலியர்.

Note the appropriateness of the comparison of the king with the pointer of a balance in the matter of their impartial attitude.

தந்து means having captured.

மாக்கட்கு is here used only in the sense of மக்கட்கு. Even though Tolkappiyar definitely says that மக்கள் are those who have the power of discrimination in addition to the five organs of sense and மாக்கள் are those who have only the five organs of sense, yet the author of this verse uses the word மாக்கள் to refer to poets. This clearly shows that this verse should have been composed long after the date of Tolkappiyam when the distinction between மக்கள் and மாக்கள் was obliterated.

வரிசையின். This word clearly shows that the poets cared more for honour and right appreciation of their merits than for presents.

முக்கட்செல்வர். This word suggests that the king பெருவழுதி was a devotee of Siva.

வலஞ்செய்தல் is the literal translation of pradakshini-karanam. According to Dharma Sastras one should have his superior towards his right. This is the principle that is followed in வலஞ்செய்தல். When one goes round a deity, he has Him only on his right.

நான்மறை முனிவர் are those who have studied the four Vedas and act up to the rules enjoined by them. There is another reading நான் மறை முதல்வர் which means those mentioned first in the four Vedas.

The former reading is better.

வென்றியெல்லாம் வென்றகத் தடக்கிய. This shows the self-control of the King.

தண்கதிர் – ஞாயிறு போலவும். Poets generally compare Kings to the sun with respect to their pratapa and to the moon with respect to their grace.

மன்னியநீ. The use of *வியங்கோள்* in the second person should have been long after the date of Tolkappiyam.

This is one of the important verses since it says much about the famous Pandiyan King *பெருவழுதி* – that his name was known far and wide, that he was impartial, that he was valorous, that he was a patron of learning, that he was devoted to God Siva and learned sages, that his conjugal relationship was happy and that he loved his subjects and at the same time inspired awe in their minds.

7th verse

களிறு கடைஇயதாட்
கழலுரீஇய திருந்தடிக்
கணைபொருது கவிவண்கையாற்
கண்ணொளிர் வரூஉங் கவின் சாபத்து
மாமறுத்த மலர்மார்பிற்
றோல்பெயரிய வெறுழ்முன்பி
னெல்லையு மிரவு மெண்ணாய் பகைவ
ரூர்சுடு விளக்கத் தழுவிளிக் கம்பலைக்
கொள்ளை மேவலை யாகலி னல்ல
வில்லவா குபவா லியறேர் வளவ
தண்புனல் பரந்த பூசன் மண்மறுத்து
மீனிற் செறுக்கும் யாணர்ப்
பயன்றிகழ் வைப்பிற்பிற ரகன்றலை நாடே.

The poet *கருங்குழலாதனார்* gives thus a vivid description of the personal features of the Chola king *கரிகாற் பெருவளத்தான்* and wishes that all the fine objects found in the lands of the enemies should disappear:-

Oh Chola provided with well-made chariots, you who have your legs used in guiding elephants, well-formed ankles with anklets worn out (by dashing against enemies), hands noted for their liberality after shooting arrows, fine bows which dazzle the eyes, wide chest which made the Goddess Lakshmi desert others, and full strength to shatter elephants, set fire to the enemies countries irrespective of its being day or night and wanted to take the spoils in the light caused by the fire amidst the loud cries and shoutings. Hence may all the fine products found in the wide lands of the enemies which are full of villages rich with fresh harvest and where fishes are used in place of mud to close the breaches caused by the wide expanse of cool water completely disappear!

Literary and Grammatical notes

There are two sentences in this verse one having நீ and மேவலை for its subject and predicate and the other நல்ல and இல்லவாகுப for the same respectively. The word நாடு at the end is in the seventh case. The dropping of the seventh case suffix in nouns used after the finite verb is sanctioned by Tolkappiyanar in his sutra,

ஐயுங் கண்ணு மல்லாப் பொருள்வயின்
மெய்யுருபு தொகாஅ விறுதி யான (தொல்.சொல்.105)

But the commentator on Purananuru takes நாடு to be the subject of இல்லவாகுப and explains that the action of the products of the land is ascribed to the land itself. This would have been possible if the sentence were நாடு இல்லவாகுப; but the sentence is நாடு நல்ல இல்லவாகுப. Hence he seems to take both நாடு and நல்ல to be the subjects of இல்லவாகுப on the strength of the sutra in Nannul,

உயர்திணை தொடர்ந்த பொருள்முத லாறும்
அதனொடு சார்த்தி னத்திணை முடிபின (நன். 377)

Hence it seems to me that the commentator on Purananuru may have been later than the author of Nannul.

The lines *களிறு கடைஇயதாள்* and *தோல் பெயரிய வெறுழ் முன்பின்* show that the king was an expert in elephantry and the line *கழலுரீஇய திருந்தடி* shows that he was an expert in infantry and the lines *கணைபொருது கவிவண் கையால்* and *கண்ணொளிர் வரூஉங் கவின் சாபத்து* show that he was an experienced archer and bowman. The line *கணைபொருது கவிவண் கையால்* shows also that, whatever spoils he got in war, he gave away as gifts.

The line *மாமறுத்த மலர்மார்பின்* is worth consideration. Was the wide chest responsible for Lakshmi's deserting others or was the chest widened to give room for Lakshmi? It seems to me that his valour described in the previous lines was responsible for Lakshmi's deserting others and the poet beautifully describes the wide chest as if it was widened only to give room for her.

எண்ணாய் is a verb in the second person singular negative and is here used as a *வினையாலணையும் பெயர்* qualifying *நீ* (understood).

எறுழ்முன்பு is a *மீ மிசைச்சொல்.*

நல்ல means fine objects and is hence a *குறிப்பு வினையா லணையும் பெயர்.*

மா Even though the word has many meanings, yet we can ascertain from the context here that it means Lakshmi. Hence this may become a fitting example for *சார்பு* in the sutra

அவற்றுள்

வினைவேறு படூஉம் பலபொரு ளொருசொல்

வேறுபடு வினையினு மினத்தினுஞ் சார்பினுந்

தேறத் தோன்றும் பொருடெரி நிலையே (தொல்.சொல். 53)

ஆல் in line 10 is expletive.

The words *சாபம்* and *பயன்* are respectively the tadbhavas of caapah and phalam and *மா* is the tatsama of maa.

8th verse

வையங் காவலர் வழிமொழிந் தொழுகப்
போகம் வேண்டிப் பொதுச்சொற் பொறாஅ
திடஞ்சிறி தென்னு மூக்கந் துரப்ப
வொடுங்கா வுள்ளத் தோம்பா வீகைக்
கடுந்தடு தானைச் சேர லாதனை
யாங்கன மொத்தியோ வீங்குசெலன் மண்டிலம்
பொழுதென வரைதி புறக்கொடுத் திறத்தி
மாறி வருதி மலைமறைந் தொளித்தி
யகலிரு விசும்பி னானும்
பகல்விளங் குதியாற் பல்கதிர் விரித்தே.

The poet Kapila says in this verse that either the sun or the moon cannot compare himself or herself with Chera-man-katun-ko-valiyatan *(சேரமான் கடுங்கோ வாழியாதன்)* thus suggesting his unparalleled sovereignty, enthusiasm, valour and liberality.

The verse means thus:

Oh ever going sun! how can you compare yourself with the King Cheralatan *(சேரலாதன்)* who stands unbaffled in battles and destroys the enemies' armies, who, though his country is small is so enthusiastic as not to put up with the word that the country (Southern India) was common to all, since he wanted such a sovereignty that all the kings of the land might be subordinate to him and who is extremely liberal in giving gifts, since you have apportioned a part of day to shine, disappear showing your back, change the place of rising and setting, hide yourself in mountains and shine with your extensive rays only during day-time though the sky is wide.

Literary and Grammatical notes:

If the reading in the last line is *விளங்குதி* the poet addresses the sun. If it is *விளங்கலை*, he addresses the moon. In the latter case the last line means 'you do not shine during day-time with your extensive rays'. Since kings are generally compared to the sun as regards their pratapa and to the moon as regards their grace, the poet may have adopted one reading at one time and another at another time.

The points where the king differs from the sun and the moon are:

1	His enthusiasm was very great though his country was small.	Though the sky is wide, the sun shines only during daytime and the moon during night.
2	His valour was unbaffled in battles and he never showed his back to enemies.	The sun disappears in the evening showing his back to the moon and the moon in the morning showing her back to the sun
3	He was of unbaffled mind.	The sun and the moon hide themselves in mountains
4	He never put up with the word that the Tamil country was common to all.	The sun has the day for him to shine and the moon the night
5	He was noted for his unmitigated liberality.	The sun is hotter in summer and less hot in winter; and the moon grows brighter in the bright fortnight and loses her brightness in the dark fortnight

போகம். The word *போகம்* (Skt. Bhoga) may mean sovereignty. In that case the prose order of the first two lines of the verse is '*பொதுச்சொற் பொறாஅது வையங் காவலர் வழிமொழிந் தொழுகப் போகம் வேண்டி*'. Here the word *பொதுச்சொல்* will evidently mean the word that the land is common. Perasiriyar (*பேராசிரியர்*) took the words *போகம்* and *பொதுச்சொல்* in the sense 'enjoyment' and 'slander'. Besides from the word '*எய்தான்*' in his sentence '*முற்றுச் சிறப்பில்லாக் கட்டுரை யெய்தான்*' it is clear that he took the reading *பெறாஅது* in place of *பொறாஅது*. In that case the same two lines mean '*வையங் காவலர் வழிமொழிந் தொழுகவும், போகம் வேண்டிப் பொதுச்சொற் பெறாஅதும்*'.

விளங்குதி: விளங்கலை. விளங்கலை is the reading adopted by பேராசிரியர். விளங்குதி is taken by the commentator on Purananuru. He also mentions that some adopt the reading விளங்கலை. I have suggested that the author may have had both the readings in his mind.

இடஞ் சிறிதென்னும். This expression should stand in contrast with அகலிருவிசும்பினானும். Hence the reading should have been இடஞ் சிறிதெனினும்.

விசும்பினானும். Here ஆன் the third case suffix is used in the sense of the seventh case. The words போகம், தானை and மண்டிலம் are respectively the tadbhavas of Bhogah, senaa and mandalam.

Suggested sense. This verse suggests that the Chera King was more powerful than either the Chola King who was believed to have belonged to the solar race or the Pandyan King who was believed to have belonged to the lunar race.

9th Verse

ஆவு மானியற் பார்ப்பன மாக்களும்
பெண்டிரும் பிணியுடை யீரும் பேணித்
தென்புல வாழ்நர்க் கருங்கட னிறுக்கும்
பொன்போற் புதல்வர்ப் பெறாஅ தீரு
மெம்மம்பு கடிவிடுது நும்மரண் சேர்மினென
வறத்தாறு னுவலும் பூட்கை மறத்திற்
கொல்களிற்று மீமிசைக் கொடிவிசும்பு நிழற்று
மெங்கோ வாழிய குடுமி தங்கோச்
செந்நீர்ப் பசும்பொன் வயிரியர்க் கீத்த
முந்நீர் விழவி னெடியோ
னன்னீர்ப் பஃறுளி மணலினும் பலவே.

The poet Nettimaiyar (நெட்டிமையார்) describes how righteously the Pandiyan King பல்யாகசாலை முதுகுடுமிப்பெருவழுதி used to fight and wishes him long life.

The verse means thus: May my king Kutumi (குடுமி) live for a number of years greater than the sand found in the river Parruli (பஃறுளி) having fine water which was dug by his ancestor who used to celebrate a festival on the sea-shore and to present the dancers with a kind of gold red in colour, my king who informs the cows, the brahmins who have the same nature as cows, the women, the sickly persons and those who have not each given birth to a son as precious as gold, who, with due respect, can give oblations to manes, that he will shoot his arrows quickly and requests them to depart to a shelter (lest his arrows should wound them) according to the laws of dharma and who, at the same time out of his valour, makes the flag hoisted on the war-elephants to throw shade on the sky!

Literary and Grammatical notes

This verse enables us to learn of the high parentage of the King Kutumi (குடுமி) and his righteous disposition even in war.

The first five lines clearly show how high was the state of civilisation at the time of Kutumi (குடுமி). The cows are mentioned first since they are harmless and live only for the benefit of others. The adjunct *ஆனியல்* is given to the word *பார்ப்பன மாக்கள்* with the view that here only such brahmins are as harmless as cows, as are doing their six acts only for the benefit of others and as are ever praying that all the world may be happy (lokaah samastaassukhino bhavantu) are taken into consideration and not those brahmins who are doing the duties of Kshatriyas, Vaisyas and Sudras.

மாக்கள். Tolkappiyanar (*தொல்காப்பியனார்*) says in the sutras

மாவு மாக்களு மையறி வினவே (தொல்.பொருள்.மரபு. 32)

மக்கள் தாமே ஆறறி வுயிரே (தொல்.பொருள்.மரபு 33)

that *மாக்கள்* possess five sense-organs and *மக்கள்* have six – five senses and the mind. This clearly shows that *மக்கள்* are those who possess discriminating power. Are the brahmins mentioned in this verse devoid of discriminating power? Or is the word *மக்கள்* changed to *மாக்கள்* for metrical purpose? In my opinion 'no' should be the answer for both the alternatives. We cannot say that the brahmins who lead a life of self-sacrifice are devoid of discriminating power; nor can we say that மக்கள் was changed to மாக்கள் for the sake of metre: for when the connotation of மக்கள் is different from that of மாக்கள், the author would not have inadvertently used the word. Then what is the justification for the use of the word மாக்கள்?. Evidently this verse was composed long after the time of Tolkappiyanar when the subtle distinction between மக்கள் and மாக்கள் was obliterated.

பேணி. The word suggests that whatever is given to manes, should be given with all respect.

தென்புலவாழ்நர். Literally means those who reside in the southern region and here it refers to the manes.[6] The pitru devatas are said to reside in the south in the following sentence of the Taittiriya Samhita of Yajur-veda:-

Devamanushyaa diso vyabhajanta, praaciindevaa dakshinaa pitarah pratiiciimmanushyaa udiiciim rudraah.

The word கடன் refers to the debt due to the pitrus.

The expression பொன்போல் suggests the great importance given to the eldest son. Perhaps it is for the same reason that even now the eldest brother is called 'பொன்னண்ணா' in certain families.

One may doubt how the oblations given here to certain people reach the departed souls. The answer given in the smritis is that there is a special class of devatas called Vasus, Rudra and Adityas who are aware of the life of each soul and arrange for the oblation offered here to reach them in the way in which they would like to have. This may be analogical with paying money to the post master at one station to be sent to a particular individual at another station and his receiving it from the post-master of that station in the kind in which he would choose to have it.

எம்மம்பு கடிவிடுதும். The use of plural number in எம் and விடுதும் though the speaker is one, is sanctioned by the sutra.

---

6 Cf. Kural 43 Parimelalakar commentary.

ஒருவரைக் கூறும் பன்மைக் கிளவியும்
ஒன்றனைக் கூறும் பன்மைக் கிளவியும்
வழக்கி னாகிய வுயர்சொற் கிளவி
இலக்கண மருங்கிற் சொல்லா றல்ல (தொல்.சொல்.27)

Or we say that *எம்* & *விடுதும்* refer to the king and his army.

The objects *ஆ*, *பார்ப்பன மாக்கள்*, *பெண்டிர்* etc., are here combined by '*உம்*' (and) though '*ஆ*' does not belong to the same *இனம்* as *பார்ப்பனமாக்கள்*. Still they may be said to belong to the same *இனம்* with respect to the point that all of them are objects from which the shooting of arrows should be avoided. Hence *தெய்வச்சிலையார்*, one of the commentators on *தொல்காப்பியம்*, sanctions this by the sutra

உயர்திணை மருங்கினு மஃறிணை மருங்கினும்
பெயரினுந் தொழிலினும் பிரிபவை யெல்லாம்
மயங்கல்கூடா வழக்குவழிப் பட்டன (தொல்.சொல். 50)

Combining *ஆ* and *மாக்கள்*, *பெண்டிர்* the nouns in the third person with *பிணியுடையீர்*, *பெறாதீர்*, the nouns in the second person is sanctioned by the sutra,

செய்யுண் மருங்கினும் வழக்கியன் மருங்கினும்
மெய்பெறக் கிளந்த கிளவி யெல்லாம்
பல்வேறு செய்தியின் நூநெறி[7] பிழையாது
சொல்வரைந் தறியப் பிரித்தனர் காட்டல் (தொல்.சொல்.எச். 67)

கொல்களிறு is taken by *சேனாவரையர்*, one of the commentators of *தொல்காப்பியம்*, as *பிரிவிலொட்டு* nityasamaasah but not so by *இளம்பூரணர்* and others.

பஃறுளி. The words *பல்* and *துளி* when combined may become *பஃறுளி* or *பற்றுளி*. This is seen from the sutras

---

7 நூனெறி என்று இருப்பதற்குப் பதிலாக நூநெறி என்று தவறுதலாக அச்சிடப்பட்டுள்ளது (ப-ர்).

அல்வழி யெல்லா முறழென மொழிப (தொல்.எழுத்.369)

தகரம் வருவழி யாய்த நிலையலும்
புகரின் றென்மனார் புலமை யோரே (தொல்.எழுத்.320)

From this it is evident that o% before *ற்* is cerebral. That it is guttural, palatal, cerebral, dental and labial respectively before *க்*, *ச்*, *ட்*, *த்* and *ப்* is clearly mentioned in the sutra

சார்ந்துவரி னல்லது தமக்கியல் பிலவெனத்
தேர்ந்துவெளிப் படுத்த வேனை மூன்றும்
தத்தஞ் சார்பிற் பிறப்பொடு சிவணி
ஒத்த காட்சியிற் றம்மியல் பியலும் (தொல்.எழுத்.101)

The word *பல* is an *ஆகுபெயர்* since it has the meaning of *பல* *ஆண்டுகள்*.

The words *பார்ப்பனன்* and *அரண்* are tadbhavas of braahmanah and saranam and the words *கடன்* and *அறத்தாறு* are the translation of rnam and dharma maargah. *கோ* is perhaps derived from gomat (Tamil Lexicon).

It is also worth noting that the word rnam is derived from the root *r* to go and the word *கடன்* also is derived from the root, *கடத்தல்* which means to go.

Besides the word *பார்ப்பான்* seems to have been formed from the word *பார்ப்பனன்* under the mistaken notion that *அன்* after *பார்ப்ப்* was a *சாரியை*. It is almost certain that it was not derived from the root *பார்* on the strength of the fact that the Rishis are said to have seen the Scriptures with their mind's eye rshirdarsanaat; for all the brahmins cannot be said to have been Rishis.

10th verse

வழிபடு வோரை வல்லறி தீயே
பிறர்பழி கூறுவோர் மொழிதே றலையே
நீமெய் கண்ட தீமை காணி
னொப்ப நாடி யத்தக வொறுத்தி

வந்தடி பொருந்தி முந்தை நிற்பிற்
றண்டமுந் தணிதிநீ பண்டையிற் பெரிதே
யமிழ்தட் டானாக் கமழ்குய் யடிசில்
வருநர்க்கு வரையா வசையில் வாழ்க்கை
மகளிர் மலைத்த லல்லது மன்னர்
மலைத்தல் போகிய சிலைத்தார் மார்ப
செய்திரங் காவினைச் சேண்விளங் கும்புகழ்
நெய்தலங் கான னெடியோ
யெய்தவந் தனம்யா மேத்துகம் பலவே.

The poet *ஊன்பொதிபசுங்குடையார்* tells the Chola King *நெய்தலங்கானல் இளஞ்சேட்சென்னி* thus:

Oh great king at Neytal-an-kanal (*நெய்தலங்கானல்*)! You quickly understand (the needs of) those who resort to you; you never listen to the tale-bearers or those who calumniate others; if you find real fault (in others) after mature reflection, you find out (from the law books) the punishment to be meted out and given them suitable punishment; if the offender offers his submission by falling at your feet and stands before you, you excuse the punishment more liberally than (kings) in ancient times. You have your bosom with its rainbow-like garland which had never any opportunity to be attacked by warriors, but, had the opportunity of being attacked by your wives who, being spotless in life, freely gave away to guests plenty of such rich flavoury food as could defeat nectar (in taste); you never did an act which you repented (later on); your fame has extended far and wide; we have now come to you to eulogize you in many ways.

Literary and Grammatical notes

The first six lines clearly show that the king *இளஞ்சேட்சென்னி* was a typical king in the administrative side. The lines from seven to nine bring out how his wives were discharging one of the important duties allotted to women. The latter half of the ninth line and the tenth line show that he never encountered a defeat.

அறிதி is a verb in the second person singular, present tense; இ at the end is lengthened for metrical purpose.

இளம்பூரணர் is of opinion that the second person singular termination is used only in the past tense; of, உண்டி, தின்றி என இறந்தகாலத்திற்கே பொருத்தமுடைத்தாய் இகரம் வரும். *(தொல். சொல். 218. இளம்.)* *சேனாவரையர்* says that it is used only in the future tense. *நச்சினார்க்கினியர்* adds the present tense also to the future tense.

மெய்கண்ட தீமை means 'fault found out to be true'; hence *கண்ட* is active in form and passive in sense.

அத்தக வொறுத்தி. It now seems to me that this should be split as *அத்தகவு ஒறுத்தி* and not as *அத்தக ஒறுத்தி*; for in the latter case there is a grammatical irregularity in the word *அத்தக*, where '*அ*' is a demonstrative root and '*தக*' is a verbal participle. A demonstrative root can be found at the beginning of compound words like *அம்மனிதன்*, *அம்மரம்* etc., where the compounds should be split according to இளம்பூரணர் அவனும் அதுவே மனிதனும் அதுவே, அதுவும் அதுவே மரமும் அதுவே. A demonstrative pronoun can combine with a noun to form a compound and not with any verbal participle. Hence the former alternative seems to be the correct one. *அத்தகவு* may be taken to be a *வேற்றுமைத் தொகை (அதற்குத் தகவு)* in the third case with the third case suffix dropped. Hence the expression *அத்தகவு ஒறுத்தி* means you punish according to that which is found suitable to the crime.[8]

The subject of *நிற்பின்* and the object of *ஒறுத்தி* are the same and they are not expressed in the verse.

தண்டமுந் தணிதிநீ பண்டையிற் பெரிதே. The commentator on *புறநானூறு* interprets this in two ways: 1. You excuse the punishment and show them grace greater than what you would have shown them if they had not committed the fault. 2. You excuse the punishment and

---

[8] In my *புறநானூற்றுக் குறிப்பு* published in *செந்தமிழ்* it was split as *அத்தக*, which seems to me to be incorrect.

your grace is much greater than your anger at the beginning. In the both cases the comparison does not seem to be appropriate. Hence in my opinion the sentence may be taken to mean 'you excuse the punishment more liberally than Kings in ancient times'. The word *பண்டை* means 'ancient times' and by metonymy it may be taken to mean 'Kings in ancient times'.

பெரிதே. The verbal participle *பெரிது* cannot modify the finite verb *தணிதி* and hence the commentator says that a '*ஆக*' is understood after *பெரிது* so that it may modify *ஆக*. May I throw out a suggestion to serve as food for scholars that the reading may have been *பெரிதா*? In that case we have *ஆய்* in the verse itself since the next line commences with *ய்* and hence there will be no need to have *ஆக* as understood.

அமிழ்தட் டானாக் கமழ்குய் யடிசில். The commentator gives an alternative meaning thus: the flavoury food as sweet as nectar which did not suffer in quality on account of the cooking. The first meaning seems to be more appropriate than this.

சிலைத்தார். Since the garland may have been of varie-gated colours, it is compared to a rainbow.

நெடியோய். The word *நெடியான்* becomes *நெடியாய்* in the vocative case according to the sutra

தொழிலிற் கூறு மானெ னிறுதி
ஆயா கும்மே விளி*வயி னான (தொல்.சொல். விளி*.16)

and it becomes *நெடியோய்* according to the sutra.

ஆ ஓ வாகும் பெயருமா ருளவே (தொல்.சொல்.பெய.41)

செய்திரங் காவினைச் சேண்விளங்கும் புகழ் நெய்தலங்கான னெடியோய் should be taken as one compound word.

யாமேத்துகம். The plural is used for singular here on the authority of similar colloquial expressions based on the sutra

ஒருவரைக் கூறும் பன்மைக் கிளவியும்
இலக்கண மருங்கிற் சொல்லா றல்ல (தொல்.சொல்.27)

பல is taken by the commentator to mean 'many qualities'; it may also mean 'many a time'.

The words *தண்டம்* and *அமிழ்து* are tadbhavas of dandah and amrtam.

The root *அடு* to kill and the Sanskrit root att are almost identical. It is worth investigation whether one language borrowed it from another or both may be traced to a common parent.

11th verse.

அரிமயிர்த் திரண்முன்கை
வாலிழை மடமங்கையர்
வரிமணற் புனைபாவைக்குக்
குலவுச்சினைப் பூக்கொய்து
தண்பொருநைப் புனல்பாயும்
விண்பொருபுகழ் விறல்வஞ்சிப்
பாடல்சான்ற விறல்வேந்தனும்மே
வெப்புடைய வரண்கடந்து
துப்புறுவர் புறம்பெற்றிசினே
புறம்பெற்ற வயவேந்தன்
மறம்பாடிய பாடினியும்மே
யேருடைய விழுக்கழஞ்சிற்
சீருடைய விழைபெற்றிசினே
யிழைபெற்ற பாடினிக்குக்
குரல்புணர்சீர்க் கொளைவல்பாண் மகனும்மே, எனவாங்
கொள்ளழல் புரிந்த தாமரை
வெள்ளி நாராற் பூப்பெற் றிசினே.

The poetess '*பேய்மகள் இளவெயினி*' eulogises the Chera King '*பாலைபாடிய பெருங்கடுங்கோ*' thus:

The valorous king, fit to be eulogised in verses, of Vanchi (modern Karur) whose fame and victory had extended to the skies and where the beautiful maidens with their stout fore-arms lined with soft hair had spotless ornaments, plunge into the cool waters of the Porunai after gathering flowers from the bent branches for the puppets made of sand, has broken through the impenetrable fortresses of the strong enemies and has seen their back (while they were running for their life from the battle-field). The lady musician (*பாடினி*) who sang the victory of the strong King who saw the back of the enemies has received from him excellent ornaments of fine appearance made of superior gold of great weight. The bard too who could successfully sing in accompaniment to the music of the lady musician who has been presented with ornaments has been presented with gold lotus-flowers made at blazing fires and strung together with silver threads.

Literary and Grammatical notes

The first two lines form a compound word. The present participle '*பாயும்*' has for its subject *அரிமயிர்த் திரண்முன்கை வாலிழை மடமங்கையர்* and qualifies the noun '*விண்பொருபுகழ் விறல்வஞ்சி*'.

It is worthy of note that the word '*உடைய*' in lines 8, 12 and 13 are *பலவின்பால் வினையாலணையும் பெயர்*. Gradually it has become the sixth case suffix in modern Tamil.

From the statement "*பாடினிக்கு.......... பாண்மகன்' என்பது, அதுவெனுருபு கெடக் குகரம் வந்தது, உயர்திணையாகலின்*" of the commentator on Purananuru, it is clear that here he agrees with the commentary of *இளம்பூரணர்* on the sutra

அதுவென் வேற்றுமை யுயர்திணைத் தொகைவயின்
அதுவெ னுருபுகெடக் குகரம் வருமே (தொல்.சொல்.94)

The particle '*உம்*' in *வேந்தனும்மே, பாடினியும்மே* and *பாண் மகனும்மே* suggests that the authoress of this verse did not get any reward.

There are two opinions about *பேய்மகள் இளவெயினி*:- that her name was *இளவெயினி* and she was a female village temple priest, is one; and the other is that a goblin took the form of a maiden and composed this verse. The very name '*பாலைபாடிய பெருங்கடுங்கோ*' of the hero of the verse suggests that he was himself a poet who had taste in composing verses on 'palai' tract and the incidents that take place there.

Even though the lines '*புறம்பெற்ற வயவேந்தன்*' *and* '*இழை பெற்ற பாடினுக்கு*' repeat the ideas contained in the previous lines, yet the repetition does not mar the beauty of the verse, but serves as a connecting link between the King and the lady musician on the one hand and between the lady musician and the bard on the other.

'*ஏ*' at the end of *வேந்தனும்மே*, *பாடினியும்மே* and *பாண்மகனும்மே* are *ஈற்றசை*.

The words *என* and *ஆங்கு* in the lines 15 are used simply to make up the number of feet in the line.

12th verse

பாணர் தாமரை மலையவும் புலவர்
பூநுதல் யானையொடு பனைதேர்[9] பண்ணவு
மறனோ மற்றிது விறன்மாண் குடுமி
யின்னா வாகப் பிறர்மண்கொண்
டினிய செய்திநின் னார்வலர் முகத்தே.

The poet *நெட்டிமையார்* addresses the Pandyan King *பல்யாக சாலை முதுகுடுமிப்பெருவழுதி* thus:

Oh valorous and well-known Kutumi! is it just on your part to deprive others (enemies) of their property so that they may hate it and make it sweet to those who resort to you so that the bards may wear (gold) lotuses and the poets may make the chariots ready (to go home) with the elephants provided with frontlets?

Literary and Grammatical notes

The word '*அறனோ*' suggests on the face of it that it is unjust on the part of the King to deprive one of his property and make it that of another. But the inner idea is that whatever the king got as spoils of war he gave it away as presents.

Though the idea contained in this verse is the same as in the lines

---

9 *புனைதேர் (1935) (ப-ர்).*

அவ்வெயிற் கொண்ட செய்வுறு நன்கலம்
பரிசின் மாக்கட்கு வரிசையி னல்கி

of the 6th verse, yet the method of presentation is different and is more attractive.

The word *இது* in line 3 stands for the idea contained in the other four lines.

அறன் is the tadbhava of dharma.

13th Verse.

இவனியா ரென்குவை யாயி னிவனே
புலிநிறக் கவசம் பூம்பொறி சிதைய
வெய்கணை கிழித்த பகட்டெழின் மார்பின்
மறலி யன்ன களிற்றுமிசை யோனே
(க)ளிறே, முந்நீர் வழங்கு நாவாய் போலவும்[10]
பன்மீ னாப்பட் டிங்கள் போலவுஞ்
சுறவினத் தன்ன வாளோர் மொய்ப்ப
மரீஇயோ ரறியாது மைந்துபட் டன்றே
நோயில னாகிப் பெயர்கதி லம்ம
பழன மஞ்ஞை யுகுத்த பீலி
கழனி யுழவர் சூட்டொடு தொகுக்குங்
கொழுமீன் விளைந்த கள்ளின்
விழுநீர் வேலி நாடுகிழ வோனே.

When the poet *உறையூர் ஏணிச்சேரிமுடமோசியார்* was enjoying the company of the Chera King *அந்துவஞ் சேரலிரும்பொறை* on the topfloor of the palace at Karur, they saw the Chola King *முடித்தலைக்கோப் பெருநற்கிள்ளி* seated on an elephant which was in rut and which consequently was not under the control of mahouts. He then says this verse to the Chera King:-

---

10 இந்த அடியில் களிறே எனும் தனிச்சீர் 'ளிறே' என்று மட்டும் பாடலில் பிழையாகத் தரப்பட்டுள்ளது. எனவே 'க'கரம் இங்கு அடைப்புக்குறிக்குள் தரப்பட்டுள்ளது (ப-ர்).

If you ask (me) who this is, this is (the King) seated on the elephant which looks like the God of Death with his chest wide and extended, it having been the target of many an arrow shot to tear away the joints and having been protected with an armour made of tiger-skin. The elephant, being like a ship in the sea and like the moon among many a star is in rut and hence does not recognise its mahouts though it is surrounded by many of them as fishes (in sea). May he escape free from danger! He is the lord of the country surrounded by the hedge-like water-courses which is rich with fish and toddy and where the ryots gather along with the sheaves of corn the feathers of the peacock thrown away by them on the fields.

Literary and Grammatical notes

This verse was a bone of contention among scholars. The contention was based on the point whether the word '*நாடுகிழ வோனே*' is in the nominative case or in the vocative case.

That particle 'ஓ' was added to denote the vocative only in *அஃறிணை* nouns is evident from the sutra,

புள்ளியு முயிரு மிறுதி யாகிய
வஃறிணை மருங்கி னெல்லாப் பெயரும்
விளிநிலை பெறூஉங் காலந் தோன்றிற்
றெளிநிலை யுடைய வேகாரம் வரலே (தொல்.சொல்.151)

Hence it is certain that *நாடுகிழவோனே* is only in the nominative case where 'ஓ' may be taken as an *ஈற்றசை* or to denote *தேற்றம்* sanctioned by the sutra

தேற்றம் வினாவே பிரிநிலை யெண்ணே
யீற்றசை யிவ்வைந் தேகா ரம்மே (தொல்.சொல்.257)

The aim of the author in having composed this verse is to impress on the mind of the Chera King that the Chola King was not in the territory to offer battle to him, but he was taken there by the elephant in rut and so he was not responsible for having entered his territory without giving him previous information, so that the Chera King may not get infuriated and rush against the Chola King. The line '*நோயிலனாகிப் பெயர்க*' suggests that the author prays that the Chola King should be free from danger both from the elephant and the Chera King.

கவசம் is tadbhava of kavaca.

14th verse

கடுங்கண்ண கொல்களிற்றாற்
காப்புடைய வெழுமுருக்கிப்
பொன்னியற் புனைதோட்டியான்
முன்புதுரந்து சமந்தாங்கவும்
பாருடைத்த குண்டகழி
நீரழுவ நிவப்புக்குறித்து
நிமிர்பிரிய மாதாங்கவு
மாவஞ் சேர்ந்த புறத்தை தேர்மிசைச்
சாப நோன்ஞாண் வடுக்கொள வழங்கவும்
பரிசிலர்க் கருங்கல நல்கவுங் குரிசில்
வலிய வாகுநின் றாடோய் தடக்கை
புலவுநாற்றத்த பைந்தடி
பூநாற்றத்த புகைகொளீஇ யூன்றுவை
கறிசோ றுண்டு வருந்துதொழி லல்லது
பிறிதுதொழி லறியா வாகலி னன்று
மெல்லிய பெரும தாமே நல்லவர்க்
காரணங் காகிய மார்பிற் பொருநர்க்
கிருநிலத் தன்ன நோன்மைச்
செருமிகு சேஎய்நிற் பாடுநர் கையே.

The celebrated poet Kapilar eulogises the capacity of the King *சேரமான் செல்வக்கடுங்கோ வாழியாதன்* in controlling elephants and horses and in shooting arrows and the liberality and hospitality shown by him to bards and poets when the latter touched his hand and remarked that it was soft thus:

Oh kind who resemble God Murukan in war with chest serving as a source of growing mental affliction to women and with valour (creating awe in the minds of foes) as wide land! Your arms which extend to your knees are strong; for you break the bolts (of foes) kept under watch with the help of your destructive elephant with terrible eyes and control it with the well-fashioned iron goad after allowing it to do the havoc; you control the horse of fine gallop lest it should fall into the deep water in the ditch caused by breaking open the earth; you have your quiver on your sides and shoot (the arrows) from upon the chariot in such a way that the strong bow-string produces scars (on your hands); and you give away rich presents to the poets and bards. Our hands on the other hand, are soft since we are unaware of any act other than eating meat, prepared at the fire smelling like flower from pieces of raw flesh, chutny, curry and rice.

Literary and Grammatical notes

The word *கடுங்கண்ண* is a participial noun qualifying *கொல்களிறு*. Strictly speaking *கடுங்கண்ண* is plural in number and it should qualify a noun in plural number. *கொல்களிறு* here is singular since the King can manage only one at a time. But such forms were extended to qualify nouns in singular number. Cf *பெரிய குதிரை வந்தது*.

Words like *கொல்களிறு* are taken by *சேனாவரையர்* to be nityasamasa or *பிரிவிலொட்டு*.

The word *பொன்* originally meant 'metal'. It is gradually being used to denote only gold (which is one kind of metal).

The expression '*மாதாங்கவும்*' may be taken to mean either 'to control the horse so that it may not fall into the ditch' or 'to let loose the rein of the horse so that it may jump over the ditch without falling into it'. Both these meanings are suggested by the commentator.

The word '*புறத்தை*' is a participial noun in the second person singular and not a third personal singular noun in the objective case.

'*ஆகும்*' is here present tense. It is to be noted that the finite verb of the type *செய்யும்* was only present tense at the time of Tolkappiyanar and it gradually began to be used in the future tense also. This may have crept in analogy with the use of the participle *செய்யும்* in the future also.

The verbal participle கொளீஇ modifies the relative participle அமைத்த understood.

The use of the verb உண்டு here is a bone of contention among commentators. The question is whether it is a பொது வினை (i.e.) a verb that can serve as predicate for all nouns each of which denotes different kinds of food, or சிறப்புவினை (i.e.) a verb which can be used only with nouns which denote a special kind. இளம்பூரணர் takes it both as பொதுவினை and சிறப்புவினை. நச்சினார்க்கினியர் and தெய்வச்சிலையார் take it to be பொதுவினை. சேனாவரையர் takes it to be சிறப்புவினை.

The commentator on புறநானூறு prefers to take it as சிறப்புவினை though he mentions that some take it to be பொதுவினை. It is worth considering whether this suggests that the commentator on புறநானாறு was later than at least இளம்பூரணர் and சேனாவரையர். If it is taken as a சிறப்பு வினை, it should not be used along with கறி. Since three nouns ஊன், துவை and சோறு may have the verb 'உண்' after them, it is said that such usages come under பன்மைபற்றிய வழக்கு or chatrin-yaya or rule of the majority.

நன்று here means பெரிது. Cf. நன்றுபெரி தாகும் (தொல்.சொல். உரி.45)

On a cursory glance at this stanza one cannot but think that the poet Kapilar who is said to be a brahman elsewhere here ascribes the softness of his hand to his having eaten the meat, rice etc. But on careful study one may see that it is not the only conclusion that may be arrived at. Such of the poets as used to eat flesh may have had such dinners. There are many evidences to prove that brahmans ate flesh in ceremonies, sacrifices etc. in olden times. If Kapilar was not in the habit of eating flesh he as one of the poets may have funnily state that the softness of his hand also was due to it. It simply suggests that the poets had no physical work to do with their hands and the only important use they make with their hands was in eating.

சமம் is the tadbhava of sama and சாபம் is the tatsama of capa; தாடோய் தடக்கை conveys the same meaning as the Sanskritic expression a-janu-bahu.

15th verse

கடுந்தேர் குழித்த ஞெள்ள லாங்கண்
வெள்வாய்க் கழுதைப் புல்லினம் பூட்டிப்
பாழ்செய் தனையவர் நனந்தலை நல்லெயில்
புள்ளின மிமிழும் புகழ்சால் விளைவயல்
வெள்ளுளைக் கலிமான் கவிகுளம் புகளத்
தேர்வழங் கினைநின் றெவ்வர் தேஎத்துத்
துளங்கியலாற் பணையெருத்திற்
பாவடியாற் செறனோக்கி
னொளிறு மருப்பிற் களிறவர
காப்புடைய கயம்படியினை
யன்ன சீற்றத் தனையை யாகலின்
விளங்குபொன் னெறிந்த நலங்கிளர் பலகையொடு
நிழல்படு நெடுவே லேந்தி யொன்னா
ரொண்படைக் கடுந்தார் முன்புதலைக் கொண்மார்
நசைதர வந்தோர் நசைபிறக் கொழிய
வசைபட வாழ்ந்தோர் பலர்கொல் புரையி
னற்பனுவ னால்வேதத்
தருஞ்சீர்த்திப் பெருங்கண்ணுறை
நெய்ம்மலி யாவுதி பொங்கப் பன்மாண்
வீயாச் சிறப்பின் வேள்வி முற்றி
யூப நட்ட வியன்களம் பலகொல்
யாபல கொல்லோ பெரும வாருற்று
விசிபிணிக் கொண்ட மண்கனை முழவிற்
பாடினி பாடும் வஞ்சிக்கு
நாடல் சான்ற மைந்தினோய் நினக்கே

The poet நெட்டிமையார் eulogises *பாண்டியன் பல்யாகசாலை முதுகுடுமிப் பெருவழுதி* thus:

You devastated the extensive and well equipped fortresses in the lands of your foes by yoking the white-mouthed asses along the streets full of ruts caused by the speed of chariots, took your chariots (to the fields) there so that the curved hoofs of the bold horses with their white frontlets might smash through the rich harvest of the fertile fields filled with the sweet music of birds and allowed, to bathe in their tanks kept under watch, your elephants which had waving gait, big necks, broad feet, fierce look and shining tusks. You are of such ferocity. Hence are there many who lived a life of shame on account of their disappointment in accomplishing their desire when they having provided themselves with weapons and advancing with the (bright) shade-throwing வேல் with the well shining plate well fixed to it with bright rails advanced against the van of your army? Or are the extensive lands many where you have planted posts in commemoration of your victory after completing the grand and well celebrated sacrifice where the offerings of ghee and other articles of great merit mentioned in the four Vedas full of sacred and blemishless sayings give out sweet scent? Oh great king who has such finished strength as answers to the music sung during expeditions by the lady musicians in the instrument called முழா which is well strung and well dressed! which is larger in number at your hands, (the disappointed foes or the lands having your posts of victory)?

Literary and Grammatical notes

It is worth investigating whether this stanza aims at mentioning that the king performed many sacrifices or the hayamedah (horse-sacrifice). The commentator on Purananuru takes the former view. There are two defects in this: 1. He takes the word யூபம் to mean the stake to which the animal to be sacrificed is tied in sacrifice and the word முற்றி in the sense 'having completed'. Such stakes are planted before the animals are sacrificed and not after the completion of sacrifices. 2. He puts this question: "Are those who met with disappointment while attacking the van of your army greater in number or the sacrificial halls?" Is it not more appropriate to question 'Are those who met with disappointment when you attacked them greater in number than the sacrificial halls?' When the King himself is said to have personally invaded the lands of his foes, it is evident that the number of disappointed foes should have been larger than those who attacked the van of his army. Besides when the poet has already described how the King himself devastated the lands of his foes, there is no need for him to describe about the advance of the van of his army.

Hence it occurs to me that this stanza describes not only the King's invasion into the enemies' territory but also the performance of hay-amedha in recognition of the submission of all the other Kings to his sovereignty and his consequent erection of posts of victory in all lands which accepted his suzerainty.

In such case the description of the van of the army is in place; for after the King receives submission from all other Kings, he lets a horse for a year with a handful of soldiers and priests to wander wherever it chooses, the soldiers and priests to wander wherever it chooses, the soldiers to keep the horse safe from being molested by any foes and the priests to perform homa at the foot-prints of the horse. Such of the foes who could not stand against the advance of the King and who at the same time did not willingly submit to him might have tried to molest the horse and attack the handful of soldiers.

The word *யூபம்* should then be taken to mean posts of victory and not sacrificial posts. It has been used in that sense by Kalidasa in the line,

Astadas advipa-nikhata-yupah in the sixth canto of Raghuvamsa. Sabdakalpa-druma an elaborate Sanskrit lexicon mentions that meaning also. It is interesting to note that the word is used in that sense in an inscription found at a stone pillar near the town of Maura Kaman in Ancient Borneo, which runs thus:

Srimato nrpamukhyasya rajnah sri-mula varmanah!

Tasya puyasya yupoyam krto viprairiha gataih!

(The Ardra, Vol.I part 4. p.122)

புல்லினம். Goats, sheep, asses etc. belong to the species called *புல்லினம்.*

நல்லெயில் is a noun in the second case with the case-suffix dropped.

தேஎத்து is a noun in the seventh case with the case-suffix dropped.

துளங்கியலான், பாவடியான். The suffix '*ஆன்*' in these two words denotes association. Its use in that sense became obsolete in later Tamil.

அவர. This is a *குறிப்பு வினையாலணையும் பெயர்* in *பலவின்பால்*. It is worth noting that such usages as *அவரகயம்* where '*அவர*' is a *வினையாலணையும் பெயர்* forming an adjunct to *கயம்* led to the belief that '*அவர*' is a noun in the sixth case, *அ* at the end of *அவர* is a sixth case suffix and such words in the sixth case should be made to qualify only plural nouns. Hence is the sutra in Nannul,

> **ஆற னொருமைக் கதுவு மாதுவும்**
> **பன்மைக் கவ்வும் (நன். 300)**

Here too it may have been clearly mentioned that it should be followed by plural nouns in *அஃறிணை*.

படியினை is a simple verb in form, but causal in sense. It is also worth noting that it is the genius of the Tamil language to use mostly simple verbs in causal sense and active verbs in passive sense. It is only in later Tamil such usages are very few.

பொன் literally means metal and it is here used in the sense of 'rail' made of metal. Hence it is *ஆகுபெயர்* or metonymy.

எறிந்த is active in form and passive in sense.

தலைக்கொண்மார். The part '*தலை*' in *தலைக்கொள்-தல்* serves the part of an upasarga in Sanskrit words like avatarati. Though in the expression *தலைக்கொண்மார்....வந்தோர், the word* *தலைக்கொண்மார்* is used in the sense *தலைக்கொள்ள*, yet it is taken only as a finite verb governing another finite verb by the author of the Tolkappiyam.

நசைதர. *தர* here means to get and not to give. Cf. பலதந்து (புறநா. *6, 14*).

நற்பனுவ னால்வேதம். The commentator interprets this in two ways: 1. Dharmasastras and four Vedas; 2. Four Vedas of wise sayings.

சீர்த்தி means wide fame cf. *சீர்த்தி மிகுபுகழ்* (தொல்.சொல். *உரி.15*)

பன்மாண் வீயாச்சிறப்பின் வேள்வி. The adjuncts *பன்மாண்* and *வீயாச்சிறப்பின்* may be very appropriate if *வேள்வி* refers to hayamedha.

யூபம். The author of the Tolkappiyam says that, in his time, no word in Tamil commenced with *யூ*. Cf. *ஆவோ டல்லது யகர முதலாது (தொல்.எழுத்.65)*.

Some seem to think that the above rule applies only to *இயற்சொல்*. I do not think so since the author of the Tolkappiyam makes mention of four kinds of words used in Tamil literature, *இயற்சொல், திரிசொல், திசைச்சொல்* and *வடசொல்* and hence his sutras are intended for the four kinds of words. If the author had used the word '*யூபம்*' it is evident that he should have been later than the author of Tolkappiyam.

யாபலகொல்லோ. Of the two objects that are compared (i.e.) disappointed foes and extensive lands, one is *உயர்திணை* and the other is *அஃறிணை*. Here the *அஃறிணை* noun *யா* infers to both. Such a usage is sanctioned by the sutra.

பலவயினானு மெண்ணுத்திணை விரவுப்பெயர்
அஃறிணை முடிபின செய்யு ளுள்ளே (தொல்.சொல்.5)

The lines 20, 21 are, in the opinion of many, responsible for the adjunct *பல்யாகசாலை* in the name of the king. But in my opinion they suggest that the adjunct *அயமேதமியற்றிய* may be added to this name.

That this adjunct was before his name at the time of *சேனாவரையர்* is evident from his expression '*பெருந்தோட் பல்யாகசாலை முதுகுடுமிப் பெருவழுதி*'.

The words *தேஎம், வேதம், ஆவுதி, களம்* are the tadbhava of desa, veda, ahuti and khala and *யூபம்* is the tatsama of yupa.

16th verse

வினைமாட்சிய விரைபுரவியொடு
மழையுருவின தோல்பரப்பி
முனைமுருங்கத் தலைச்சென்றவர்
விளைவயல் கவர்பூட்டி
மனைமரம் விறகாகக்
கடிதுறைநீர்க் களிறுபடீஇ
யெல்லுப்பட விட்ட சுடுதீ விளக்கஞ்

செல்சுடர் ஞாயிற்றுச் செக்கரிற் றோன்றப்
புலங்கெட விறுக்கும் வரம்பி றானைத்
துணைவேண்டாச் செருவென்றிப்
புலவுவாட் புலர்சாந்தின்
முருகற் சீற்றத் துருகெழு குருசின்
மயங்குவள்ளை மலராம்பற்
பனிப்பகன்றைக் கனிப்பாகற்
கரும்பல்லது காடறியாப்
பெருந்தண்பணை பாழாக
வேமநன்னா டொள்ளெரி யூட்டினை
நாம நல்லமர் செய்ய
வோராங்கு மலைந்தன பெருமநின் களிறே

The poet *பாண்டரங்கண்ணனார்* speaks highly of the king *சோழன் இராசசூயம் வேட்ட பெருநற்கிள்ளி* and his army thus:

Oh Lord who is as terrible and awe-inspiring as God Murukan! You have an unlimited army passing as if no space is left vacant it having advanced to destroy the front of the army (of the foes) with the swift horse well equipped for war and with the shields as dark as clouds, it having destroyed the fields with rich harvest, it having converted the tree in front of the foe's mansion into fuel, it having allowed the elephants to bathe in the tanks kept under watch, and it having burnt (the enemy's city) in such a way that the sky looked as red as the sun shooting his rays; you can win battle without any help; with your sword besmeared with flesh and with your chest where the sandal has dried, you have set the fine and well guarded cities (of the foes) on fire so that the extensive and fertile agricultural tracts full of *வள்ளை*, full blown *ஆம்பல்*, cool *பகன்றை* and *பாகல்* laden with fruits, having no dense fields except those with sugarcane, have become desolate, after your elephants fought a terrible battle as you desired.

Literary and Grammatical notes

The commentator on Purananuru takes *ஊட்டினை* as the gerund and *மலைந்தன* as the finite verb. Since the verb *ஊட்டினை* is in form a finite verb and describes the action of the King himself and *மலைந்தன* describes the action of the elephants of the King and the action of setting fire to the cities of the foes should follow the battle, I think it is better to take *ஊட்டினை* to be the finite verb and *பொருதன* to be a participial noun forming the adjunct to *களிறு*. In this case *செய்ய* denotes the action of the elephants and not the King. The verbal participles *பரப்பி*, *ஊட்டி*, *படீஇ* govern the relative participle *இறுக்கும்*.

The commentator says '*எல்லுப்பட இட்ட சுடுதீ யென்றதனைத் தானைக்கு அடையாக்குக*'. In that case *எல்லுப்பட இட்ட சுடுதீ* should be taken as *அன்மொழித் தொகை* (bahuvrihi compound). The prose order will then be *விளக்கம், செல்சுடர் ஞாயிற்றுச் செக்கரிற் றோன்ற எல்லுப்படவிட்ட சுடுதீ* and the two lines will then mean, '(the army) having the fire lit to be bright so that its splendour may look like that of the red sun with rays emanating from him'.

செக்கரின். Here the case-suffix *இன்* denotes comparison.

வென்றி is used for *வெற்றி* such usage has its sanction in the sutra

அந்நாற் சொல்லுந் தொடுக்குங் காலை
வலிக்கும்வழி வலித்தலும் மெலிக்கும்வழி மெலித்தலும்.....
(தொல்.சொல்.எச்.7)

குருசில் should have been *குரிசில்* according to the sutra

எஞ்சிய விரண்டி னிறுதிப் பெயரே
நின்ற ஈற்றய னீட்டம் வேண்டும் (தொல்.சொல்.144)

If the person called is in close proximity the nominative case form itself may be used as a vocative if the noun ends in a vowel. But if the noun ends in '*ல்*' it does not find a sanction in the Tolkappiyam. Through analogy the same phenomenon has crept in even when the noun ends in '*ல்*'. Hence one may safely infer that this stanza should have been composed long after the Tolkappiyam.

நாம் means fear. Hence *நாம* here is an appellative noun.

The words *தானை, ஏமம், அமர்* are respectively the tadbhava of sena, ksehma and samara.

17th verse

தென்குமரி வடபெருங்கற்
குணகுடகட லாவெல்லை
குன்றுமலை காடுநா
டொன்றுபட்டு வழிமொழியக்
கொடிதுகடிந்து கோறிருத்திப்
படுவதுண்டு பகலாற்றி
யினிதுருண்ட சுடர்நேமி
முழுதாண்டோர் வழிகாவல
குலையிறைஞ்சிய கோட்டாழை
யகல்வயன் மலைவேலி
நிலவுமணல் வியன்கானற்
றெண்கழிமிசைச் சுடர்ப்பூவிற்
றண்டொண்டியோ ரடுபொருந
மாப்பயம்பின் பொறைபோற்றாது
நீடுகுழி யகப்பட்ட
பீடுடைய வெறுழ்முன்பிற்
கோடுமுற்றிய கொல்களிறு
நிலைகலங்கக் குழிகொன்று
கிளைபுகலத் தலைக்கூடியாங்கு
நீபட்ட வருமுன்பிற்
பெருந்தளர்ச்சி பலருவப்பப்
பிறிது சென்று மலர்தாயத்துப்
பலர்நாப்பண் மீக்கூறலி
னுண்டாகிய வுயர்மண்ணுஞ்
சென்றுபட்ட விழுக்கலனும்
பெறல்கூடு மிவனெஞ் சுறப்பெறி னெனவு
மேந்துகொடி யிறைப்புரிசை
வீங்குசிறை வியலருப்ப
மிழந்து வைகுது மினிநாமிவ
னுடன்றுநோக்கினன் பெரிதெனவும்
வேற்றரசு பணிதொடங்குநின்
னாற்றலொடு புகழேத்திக்
காண்குவந்திசிற் பெரும வீண்டிய

மழையென மருளும் பஃறோன் மலையெனத்
தேனிறை கொள்ளு மிரும்பல் யானை
யுடலுந ருட்க வீங்கிக் கடலென
வானீர்க் கூக்குந் தானை யானாது
கடுவொடுங் கெயிற்ற வரவுத்தலை பனிப்ப
விடியென முழங்கு முரசின்
வரையா வீகைக் குடவா[11] கோவே.

The poet *குறுங்கோழியூர் கிழார்* eulogises the Chera King *மாந்தரஞ்சேரலிரும்பொறை* after his escape to his kingdom from the prison of the Pandiyan King *தலையாலங்கானத்துச் செருவென்ற நெடுஞ்செழியன்* thus:

Oh King, who preserved the dignity of your ancestors who ruled the whole land with their lustrous cakra which easily rolled over it, who warded off the evils (or chastised the wicked), who waved their sceptre justly, who received the legitimate taxes and who behaved impartially in such a way that the residents of the hills, mountains, forests and cities within the country bounded on the South by the Cape Comorin, on the North by the big mountain (Himalayas) and on the East and the West by seas, unanimously submitted themselves to them; Oh King, the Lord of the citizens of the cool Tonti (*தொண்டி*) with the brilliant (fire-like) flowers grown in the clear back water, with extensive sea-shore full of white (moonlight-like) sand, with the hedge of mountains, with extensive fields and with cocoanut trees dense with bunches of fruits; Oh King of the Kutanatu (*குடநாடு*) the innumerable shields of whose army are taken for dense clouds, the elephants of whose army are taken for mountains by clusters of bees, whose army is so large as to infuse terror into the minds of foes and to make the clouds mistake it to be the sea to take water from, the noise of whose drums is like thunder so that the heads of serpents with poison hidden in their fangs tremble with fear and who is of unbounded liberality! I have come to see you, Oh great (king), to sing your fame and valour which is such that your foes begin to accept their submission either with the idea that, if you are pleased,

---

[11] *குடவர் (1935) (ப-ர்).*

you would return the fertile lands which are taken and enjoyed by you and the fine ornaments taken by you as spoils, or with the idea that, since you look at them with enmity you would make them lose their lands where the flags waved aloft, the fortresses were high, the forests were extensive and the ditches were wide. This is due to the fact that you are extolled high among many of your happy relatives whom you joined after you threw off your great languor to the astonishment of many (when you were in prison) with your great valour which first disappeared from you (i.e. which was not first made use of by you) like a war elephant possessed of well-grown tusks which, unmindful of the expansive ditch, first fell into it and then with its high dignified valour choked up the pit and reached its clan.

Literary notes

The lines

நீ பட்ட வருமுன்பிற்

பெருந்தளர்ச்சி பலருவப்பப்

பிறிதுசென்று are a bone of contention.

The commentator gives these interpretations:

1) The prose order is *நீ பட்ட பெருந்தளர்ச்சி அருமுன்பில் (நீங்க), பிறிது (சூழ்ச்சியால்) சென்று*; it means: you having escaped with the help of a different stratagem after the great languor left you on account of your dignified valour. The defects here are: a) the relative participle *பட்ட* is separated from the noun *பெருந்தளர்ச்சி* which it qualifies by the word *அருமுன்பில்*. B) the words '*நீங்க*' and '*சூழ்ச்சியால்*' are taken to be understood after the words *பெருந்தளர்ச்சி* and *பிறிது* respectively. C) the point that is similar to the choking of the pit is not clearly expressed. D) *பலர்உவப்ப* is taken with *மீக்கூறலின்*.

2) the prose order is *அருமுன்பில் நீ பட்ட பெருந்தளர்ச்சி பிறிது (ஆக) பலருவப்பச் சென்று*; it means: you having escaped to

the astonishment of many when your great languor became different as before. The defects here are: a) the first and third defects noted above are found there also. B) the beauty of the expression அருமுன்பில் is lost since the word முன்பு is taken to mean 'the precious occasion' instead of 'valour' in which sense it is used in line 16. Here 'அரு' may not be appropriate.

3) the prose order is நீ பட்ட அருமுன்பின் பெருந்தளர்ச்சி பிறிது (ஆக) சென்று; it means: you having escaped after the slackness of your great valour has disappeared. The defects are: a) the third and fourth defects noted in the first explanation are found here also. B) That his great valour was responsible for his escape from the prison is not brought out here. C) Here பெருமை in பெருந்தளர்ச்சி may not be appropriate.

Hence I suggest the following interpretation for the consideration of the learned scholars: I consider that the lines 14 to 22 contain a full simile:

UPAMEYAM	UPAMANAM
King	war elephant
King's imprisonment	war-elephant's fall into the ditch
King's throwing off his langour	war-elephant's choking up the ditch
King's great valour	war-elephant's great strength
King's return to his relatives	war-elephant's return to its clan

The lines நீ பட்ட.........சென்று mean: "you, having thrown off (made it go elsewhere) the great langour to the astonishment of many with your great valour which (temporarily) had disappeared (on account of your carelessness)." Here நீபட்ட is a relative participle of the root நீபடு where நீ (நீ-த்தல்) is the verb and படு is an auxiliary (such auxiliaries in works of Sangam period are found in plenty) and it qualifies அருமுன்பில். தளர்ச்சி is in the accusative case forming the object of சென்று. The verbal participle சென்று is simple in form but causal in sense and hence it means செலுத்தி (similar examples where verbs are simple in form and causal in sense are many in the works of the Sangam period). *பிறிது* means *பிறிதிடம்* and it is in the seventh case. It may even suggest that the langour was transferred from Ceran to Pandiyan.

The words *குன்று, மலை, காடு* and *நாடு* are *ஆகுபெயர்* since they denote the residents in them.

The word *உருண்ட* may be taken to mean *உருட்டிய*. If so *கடிந்து, திருத்தி, உண்டு* and *ஆற்றி* may qualify it. Otherwise they will have to qualify *ஆண்டோர்.*

The expression *எறுழ்முன்பு* is a *மீமிசைச்சொல்*. *தலை* in *தலைக்கூடுதல்* may be taken as an upasaraga. *ஆங்கு* is an *உவமவுருபு*.

The word '*ஆகலின்*' is understood after *பெரிது* in line 30 and it should be taken with *இழந்துவைகுதும்*. *வைகுதும்* is future in tense.

From the expression *ஆற்றலொடு புகழேத்தி* it is evident that the poet lays greater stress upon his *ஆற்றல்* since the case-suffix *ஒடு* should be used along with the more important object according to the sutra,

ஒருவினை யொடுச்சொல் உயர்பின் வழித்தே (தொல்.சொல்.வே.ம.8)

வந்திசின். Though the particle *சின்* is mostly used with verbs in the second person, yet it is sometimes used with those in other persons also cf:

அவற்றுள்
இகுமுஞ் சின்னு மேனை யிடத்தொடுந்
தகுநிலை யுடைய வென்மனார் புலவர் (தொல்.சொல்.இடை.27)

Historical notes

In the first line the word *வடபெருங்கல்* is taken by the commentator to mean 'The Himalayas'. If so the Chera kingdom should have extended as far as the Himalayas on the north. He may have given that interpretation after comparing the word *பெருங்கல்* with *நெடுவரை* in the line *வடாஅது பனிபடு நெடுவரை* in the 6th stanza where the expression *பனிபடு* clearly solves it.

நேமி is the tatsama of Skt. nemi and *தாயம்* is the tadbhava of Skt. daya.

18th verse

முழங்கு முந்நீர் முழுவதும் வளைஇப்
பரந்து பட்ட வியன்ஞாலம்
தாளிற் றந்து தம்புகழ் நிறீஇ
யொருதா மாகிய வுரவோ ரும்ப
லொன்றுபத் தடுக்கிய கோடிகடை யிரீஇய
பெருமைத் தாகநின் னாயு டானே
நீர்த்தாழ்ந்த குறுங்காஞ்சிப்
பூக்கதூஉ மினவாளை
நுண்ணாரற் பருவராற்
குரூஉக்கெடிற்ற குண்டகழி
வானுட்கும் வடிநீண்மதின்
மல்லன் மூதூர் வயவேந்தே
செல்லு முலகத்துச் செல்வம் வேண்டினு
ஞாலங் காவலர் தோள்வலி முருக்கி
யொருநீ யாகல் வேண்டினுஞ் சிறந்த
நல்லிசை நிறுத்தல் வேண்டினு மற்றதன்
றகுதி கேளினி மிகுதி யாள
நீரின் றமையா யாக்கைக் கெல்லா
முண்டி கொடுத்தோ ருயிர்கொடுத் தோரே
யுண்டி முதற்றே யுணவின் பிண்ட
முணவெனப் படுவது நிலத்தொடு நீரே
நீரு நிலனும் புணரி யோரீண்
டுடம்பு முயிரும் படைத்திசி னோரே
வித்தி வானோக்கும் புன்புலங் கண்ணகன்
வைப்பிற் றாயினு நண்ணி யாளு
மிறைவன் றாட்குத வாதே யதனா
லடுபோர்ச் செழிய விகழாது வல்லே
நிலனெளி மருங்கி னீர்நிலை பெருகத்
தட்டோ ரம்ம விவட்டட் டோரே
தள்ளா தோரிவட் டள்ளா தோரே.

The poet Kutapulaviyanar (*குடபுலவியனார்*) eulogises the King Netunceliyan (*நெடுஞ்செழியன்*) of the Pandiyan kingdom and offers him his advice thus:

Oh (King) the descendant of the valorous kings who captured with their own effort the extensive earth girt with the noisy seas, established their fame and became undisputed emperors, may your life become so great as to make one (object grow) into ten crores at the end! Oh strong king of the ancient and fertile city surrounded with a long and well-built fort which is so high as to frighten the sky and surrounded with the moat where different kinds of fish – valai (வாளை), aral (ஆரல்), varal (வரால்) and ketiru (கெடிறு) fall at the flowers of short kanci trees overhanging the water of the moat! if you wish to store wealth to serve you in the world-to-come, if you want to become the undisputed monarch by destroying the physical strength of the (other) rulers of earth and if you want to establish your name, listen to me how to achieve them. Oh great king, since the physical body cannot exist without water and it is the transformation of the food which one takes, the giver of food is evidently the giver of life. Food is that produced by the combination of land and water. Hence those who store water in land may be said to create body and life. Oh warlike king celiyan (செழியன்), lands, however extensive they may be, cannot yield fruit commensurate with the king's earnest effort if they depend only on rain-water, after the seeds are sown. Hence those who store up water in time without neglect in low lands make provision for their future and those do not, do not do so.

From this he makes him infer that he should make provision for the storage of water so that people need not solely depend upon rain-water and cultivate their lands to provide themselves with peace and plenty.

Historical and Literary notes

1st line – the alliteration 'மு' in முழங்கு, முந்நீர் and முழுவதும் deserves to be noted.

வளைஇ. Here 'இ' is the suffix added to the root வளை to make it a verbal participle, as 'இ' in உறங்கி; and not the அளபெடை of 'ஐ'. It is active in from and passive in meaning.[12]

---

12 Hence 'கடலானது' in the commentary should have been 'கடலான்' since 'வளைஇ' means சூழப்பட்டு.

தாளின். The fifth-case suffix '*இன்*' is here used to denote *ஏது*.

தந்து here means *கொண்டு*. Hence it is clear that the root 'da' is used in the sense of 'da' with the preposition 'a'.

ஒருதாம். The use of '*ஒரு*' with the plural '*தாம்*' deserves to be noted.

Lines 5 and 6: the commentator interprets these lines thus: let your life-time have the big number like *சங்கு* which has at its end the number *கோடி* which is got by repeating one ten times; he seems to mean by this that he may live long. It seems to me that there are some difficulties in accepting that interpretation: 1) the word '*பெருமை*' which generally means 'greatness' is taken to mean 'large number'. 2) the word '*கடை*' is taken to mean '*கடையெண்*'. 3) the meaning of the expression *ஒன்றுபத்தடுக்கியகோடி* does not seem to be sound. What does *ஒன்றைப் பத்துமுறையாக அடுக்கப்பட்டதாகிய கோடி* mean? Does it mean 'one repeated ten times?' if so it is not a crore. 4) the word '*இரீஇய*' is in that case unnecessary. 5) *சங்கு*, the tadbhava of sankha means 'hundred thousand crores'. Hence I have given a different meaning. It seems to me that it agrees with the idea contained in the last seven lines of the stanza. The saying '*ஒன்றுபத்தாக அவன் காலத்தில் விளைந்தது*' deserves comparison here. The expression *ஒருதா மாகிய வுரவோரும்பல்* suggests that his ancestors were undisputed monarchs.

The lines 7 to 12 clearly show that well-built fortresses surrounded with deep moats were in existence in the Pandiyan capital from a very long time.

செல்லுமுலகத்துச் செல்வவேண்டினும் suggests that the author of this stanza lived at a time when they believed in a world where the soul goes after leaving this mortal body and the fruits of the actions done here are reaped.

நீரின்றமையா யாக்கைக்கு. This suggests that the body cannot exist without water. In this context the Upanishadic idea that the essence of water transforms itself into life (*பிராணன்*)[13] deserves notice.

உணவின் பிண்டம். This reminds one of the Upanishadic idea that the medium part of flood that is taken in transforms itself into flesh.[14]

படைத்திசினோரே. Here the suffix '*சின்*' is used along with the verb of the third person on the strength of the sutra,

> **அவற்றுள்**
> **இகுமுஞ் சின்னு மேனை யிடத்தொடுந்**
> **தகுநிலை யுடைய வென்மனார் புலவர் (தொல்.சொல்.275)**

வித்தி means விதைக்கப்பட்டு (being sown)

வானோக்கும் புலன். Compare the modern expression '*ஆகாயம் பார்த்த பூமி*' [cf. *மானம்பார்க்குளம்* – a tank depending on rain water as its only source of supply – Ed. A.]

27th line – the commentator states that in the opinion of some the word '*செய்*' is taken to be understood after *வல்லே*. Since it is better to leave it to be inferred by the King, I agree with the first interpretation of the commentator.

Lines 29 and 30 – the alliteration may be noted.

The particles *மற்று* & *அம்ம* in lines 16 and 29 respectively are expletives.

The words *ஆயுள்*, *உலகம்* and *பிண்டம்* are tadbhavas of ayus, loka and pinda.

The word *நீர்* is taken by *சேனாவரையர்* to be a tatsama of Skt. nira; but since *நீர்* may be derived from the same root as *நீர்மை* and its derivation may have been based on the truth that water finds its level

---

[13] Apah pitahtredha vidhiyanti….yo anisthah sa pranah…apomayah pranah (Chandogya Upanishad VI, 4, 2-3)

[14] Annam asitam tredha vidhiyati…yo madhyamah tan mamsam (Chandogya Upanishad VI, 4-1)

and the Skt. nira does not seem to have its cognate in other Indo-European languages, it seems to me that it is a pure Tamil word.[15]

19th verse

இமிழ்கடல் வளைஇய வீண்டகன் கிடக்கைத்
தமிழ்தலை மயங்கிய தலையாலங் கானத்து
மன்னுயிர்ப் பன்மையுங் கூற்றத் தொருமையு
நின்னொடு தூக்கிய வென்வேற் செழிய
விரும்புலி வேட்டுவன் பொறியறிந்து மாட்டிய
பெருங்கல் லடாரும் போன்மென விரும்பி
முயங்கினே னல்லனோ யானே மயங்கிக்
குன்றத் திறுத்த குரீஇயினம் போல
வம்புசென் றிறுத்த வரும்புண் யானைத்
தூம்புடைத் தடக்கை வாயொடு துமிந்து
நாஞ்சி லொப்ப நிலமிசைப் புரள
வெறிந்து களம்படுத்த வேந்துவாள் வலத்த
ரெந்தையொடு கிடந்தோரெம் புன்றலைப் புதல்வ
ரின்ன விறலு முளகொ னமக்கென
மூதிற் பெண்டிர் கசிந்தழ நாணிக்
கூற்றுக் கண்ணோடிய வெருவரு பறந்தலை
யெழுவர் நல்வலங் கடந்தோய்நின்
கழூஉ விளங் காரங் கவைஇய மார்பே.

The poet Kutapulaviyanar (*குடபுலவியனார்*) eulogises the victory of the King Netunceliyan (*நெடுஞ்செழியன்*) at the battle-field of Talayalankana (*தலையாலங்கானம்*) thus:

O King Celiyan with the javelin of victory who outweighed the multiple of souls (the foes that fell in the battle) and the single God of death who, in the form of foes tried to kill you at the battle-field of Talayalankana where the armies of the Tamils met and which is situated in the wide and dense land surrounded with noisy seas, oh king who subjugated the trained strength of the seven (foes) at the dreary battle-field

15 The better view seems to be to take the word as common to both Tamil and Sanskrit – two allied tongues of the same race – Ed.A.

whence the God of death departed feeling ashamed at the hilarity, and feeling merciful at the cries, of ladies of warrior families who expressed their joy at the unusual victory of their young sons with small heads who were able to cut off the long and hollow trunks with their mouths of elephants wounded by the arrows which stood on their bodies like the cluster of sparrows on hills, with their swords drawn so that the sundered trunks rolled on the floor like ploughs and who then fell in the battle-field with their elders! did I not eagerly cling to your chest where rolls the pure and lustrous garland and which resembles the rocky trap tackled with a machine by a hunter to capture a big tiger?

Literary and Historical notes

தமிழ் means here 'the armies of Tamils' and hence it is *ஆகுபெயர்* (metonymy).

தலைமயங்குதல் means 'to fight at close quarters'.

தலையாலங்கானம் is a place in Tanjore district.

The use of *ஒடு* in *நின்னொடு* in line 4 is very significant since it should be used only with the superior of the two when it means association on the strength of the sutra

ஒருவினை யொடுச்சொ லுயர்பின் வழித்தே (தொல்.சொல்.91)

and since it is the king that excelled both the plurality of souls (foes) and the God of Death.

The expression *மன்னுயிர்ப் பன்மையுங் கூற்றத் தொருமையும் நின்னொடு தூக்கிய* is interpreted by some thus: who demonstrated by your actions that God of Death being one is able to kill many. My objections to it are 1) the root *தூக்கு-தல்* does not seem to mean 'to demonstrate'. The commentator explains it by *சீர்தூக்குதல்* which means either to weigh or to compare. 2) the two *உம்*'s will be inappropriate since they can combine only two like objects.

Note the negative form *முயங்கினேனல்லேன்*.

குரீஇ seems to be the older form of *குருவி*.

விறல் is plural in number since it is followed by the plural verb உள.

மார்பு is in the accusative sense. Such a use is sanctioned in

ஐயுங் கண்ணு மல்லாப் பொருள்வயின்

மெய்யுருபு தொகா விறுதி யான (தொல்.சொல்.105)

The words *களம்* and *ஆரம்* are tadbhavas of khala and hara. The king Netunceliyan fought singly with the Chola and Chera kings and the five velirs at Talayalankana. This is explicitly said in the 76th stanza of Purananuru.

ஒருவனை யொருவ னடுதலுந் தொலைதலும்
புதுவ தன்று......................
புனைகழ லெழுவர் நல்வல மடங்க
ஒருதா னாகிப் பொருதுகளத் தடலே.

The close of the battle is described thus: the God of Death departed from the battle-field out of shame and mercy. The figure of speech is called *தற்குறிப்பேற்றம்* or utpreksha.

20th verse

இருமுந்நீர்க் குட்டமும்
வியன்ஞாலத் தகலமும்
வளிவழங்கு திசையும்
வறிது நிலைஇய காயமும், என்றாங்
கவையளந் தறியினு மளத்தற் கரியை
யறிவு மீரமும் பெருங்க ணோட்டமுஞ்
சோறு படுக்குந் தீயொடு
செஞ்ஞாயிற்றுத் தெறலல்லது
பிறிதுதெற லறியார்நின் னிழல்வாழ் வோரே
திருவி லல்லது கொலைவில் லறியார்
நாஞ்சி லல்லது படையு மறியார்
திறனறி வயவரொடு தெவ்வர் தேயவப்
பிறர்மண் ணுண்ணுஞ் செம்மனின் னாட்டு
வயவுறு மகளிர் வேட்டுணி னல்லது

பகைவ ருண்ணா வருமண் ணினையே
யம்புதுஞ்சுங் கடியரணா
லறந்துஞ்சுஞ் செங்கோலையே
புதுப்புள் வரினும் பழம்புட் போகினும்
விதுப்புற வறியா வேமக் காப்பினை
யனையை யாகன் மாறே
மன்னுயி ரெல்லா நின்னஞ் சும்மே

The poet Kurunkoliyur-Kilar *(குறுங்கோழியூர் கிழார்)* addresses the Chera King *யானைக்கட்சேய் மாந்தரஞ்சேரலிரும்பொறை* thus:

Even though it may be possible to gauge the depth of big seas, the width of the expansive earth, the space where the wind blows and ether which is all-pervading yet you cannot be gauged in intelligence, sympathy and magnanimity. Your subjects do not experience the heat of anything other than that of the red-sun and of fire used in preparing food; they are not aware of any bow (of enemies) used in war except the rainbow; they have no knowledge of any weapon other than the plough; Oh lord who is enjoying the fruits of the kingdom of your foes who have been destroyed by your skilled warriors, your extensive earth is eaten, if at all, by pregnant women and not by any foe; you hold the sceptre of righteousness and your arrows are lying idle in the fortresses which are well guarded; your fort is so equipped that it causes no fear, whether new birds come in or old birds depart; since you are in such a situation all creatures in earth fear that any calamity may befall you (i.e.) wish that no calamity befalls you.

Literary notes

அறியினும் is active in form but passive in meaning; it has for its subject *அவை.*

அளத்தற்கரியை அறிவு மீரமும் பெருங்க ணோட்டமும்

Here the subject is '*நீ*' which is understood and the words *அறிவு*, *ஈரம்* and *பெருங்கணோட்டம்* may be taken to be in the seventh case. In that case it means, you cannot be measured in your intelligence, sympathy and magnanimity. But the commentator says '*அறிவும் ஈரமுங் கண்ணோட்டமுமென்பன சினைவினைப்பாற்பட்டு அளத்தற் கரியை யென்னும் முதல் வினை கொண்டன*'. From this it is evident that he takes *அறிவு*, *ஈரம்* and *பெருங்கணோட்டம்* as the subject of *அளத்தற்கரியை* in addition to the subject '*நீ*' that is understood. He should have for his authority the following sutra of Nannul.

உயர்திணை தொடர்ந்த பொருள்முத லாறும்
அதனொடு சார்த்தி னத்திணை முடிபின (நன்னூல். 377)

and hence the commentator may have lived after the author of the Nannul. If we take *அறிவு*, *ஈரம்* and *கண்ணோட்டம்* as nouns in the seventh case on the strength of the following sutra of Tolkappiyam

ஐயுங் கண்ணு மல்லாப் பொருள்வயின்
மெய்யுருபு தொகா விறுதி யான (தொல்.சொல்.105)

the meaning is clear. For further discussion on this one may refer to my *சொல்லதிகாரக் குறிப்பு* under the sutra

கண்ணுந் தோளும் முலையும் பிறவும்
பன்மை சுட்டிய சினைநிலைக் கிளவி
பன்மை கூறுங் கடப்பா டிலவே
தம்வினைக் கியலு மெழுத்தலங் கடையே (தொல்.சொல்.61)

தீ here means the 'heat of fire' and hence *ஆகுபெயர்*.

திறனறி வயவரொடு தெவ்வர் தேய. The commentator takes it to mean 'the foes being destroyed along with their skilled soldiers'. In that case the epithet *திறனறி* in *திறனறி வயவரொடு* is not quite necessary; besides the soldiers also may be included under *தெவ்வர்*. Hence it seems to me that the expression *திறனறிவயவர்* refers to the skilled soldiers of the Chera King who vanquished the foes. In that case the third-case suffix ஒடு does not denote association, but doer. The use of ஒடு to denote the doer is well sanctioned by the following sutra of Tolkappiyam

மூன்றாகுவதே
ஒடுவெனப் பெயரிய வேற்றுமைக் கிளவி
வினைமுதல் கருவி யனைமுதற் றதுவே (தொல்.சொல்.73)

அரணால். Here '*ஆல்*' is used in the sense of 'association'. Since the suffix '*ஆன்*' alone is made mention of in Tolkappiyam and it should have metamorphosed into '*ஆல்*' later on, this stanza of Purananuru should have been composed later than Tolkappiyam.

The going-out of old birds and the coming-in of new birds were considered as a bad omen.

மாறே the participle *மாறு* is used in the instrumental sense.

The words *அளத்தற்கரியை, மண்ணினை, செங்கோலை, ஏமக் காப்பினை, அனையை*, are all appellative verbs (குறிப்புவினை). The line *மன்னுயிரெல்லா நின்னஞ்சும்மே* reminds one of the Sanskrit proverb 'ati-snehah papa-sanki'.

வயவு. This from seems to have sprung from the older form *வயா*.

அஞ்சும் is a verb in the present tense and not future. This is clear from the sutra of Tolkappiyam

பல்லோர் படர்க்கை முன்னிலை தன்மை
யவ்வயின் மூன்று நிகழுங் காலத்துச்
செய்யு மென்னுங் கிளவியொடு கொள்ளா (தொல்.சொல்.227)

From this stanza it is clear that, during the reign of *மாந்தரஞ்சேரலிரும்பொறை*, there was no fear either from nature or from foes, nor was there any internal strife and hence the land was in peace and plenty.

The words *திசை, காயம்*[16] and *ஏமம்* are tadbhavas of disa, akasa and kshema.

---

16 *காயம்* for *ஆகாயம்* is an example of aphaeresis.

புறநானூற்று மேற்கோள்கள்

புறநானூற்று மேற்கோள்கள் அனைத்தும் கீழ்க்கண்ட பதிப்பு களிலிருந்து தொகுக்கப்பட்டுள்ளன. பி.சா. சுப்பிராணிய சாஸ்திரி தொல்காப்பியத்திற்கு எழுதிய உரையிலும் ஆங்கில உரையிலும் புறநானூற்று மேற்கோள்களைப் பயன்படுத்தியுள்ளார். அவை அனைத்தும் புறநானூற்றுச் செய்யுள் எண்களின் அடிப்படையில் இங்கு வரிசைப்படுத்தப்பட்டுள்ளன. இங்கு தரப்பட்டுள்ள முறை: செய்யுள் எண், புறநானூற்று அடி, அதற்கான ஆங்கில மொழி பெயர்ப்பு, மேற்கோள்கள் பயன்படுத்தப்பட்டுள்ள தொல்காப் பியச் சூத்திரம், சூத்திரத்தின் எண் என்னும் முறையில் தொகுக் கப்பட்டுள்ளன. பதிப்புகள் வருமாறு:

தொல்காப்பியம் – எழுத்ததிகாரம்; வித்தியாரத்தினம் டாக்டர் P.S. சுப்பிரமணிய சாஸ்திரி எழுதிய குறிப்புரையுடன். P.S. ஸ்வாமிநாதனால் பதிப்பிக்கப்பெற்றது. 1937.

Tolkappiyam - Eluttatikaram With an elaborate commentary by vidyaratna P.S. Subrahmanya Sastri; Published by P.S. Swaminathan. Printed at Murugavilas Jananukoola Press, Trichinopoly, 1937.

Tolkappiyam – Collatikaram with an English commentary by Dr. P.S. Subrahmanya Sastri, Annamalai University, Annamalai Nagar, 1945.

Tolkāppiyam: the ealiest extant Tamil grammar with a short commentary in English, Volume II Poruḷatikāram by P. S. Subrahmanya Sastri, Chennai: The Kuppuswami Sastri Research Institute, second edition, 2002

புறம். 2

ஐவரொடு சினைஇ

ஈரைம்பதின்மரும் பொருது களத்தொழிய

So that the hundred may die in battle being treated with indignation by the five (Agent). *(மூன்றா குவதே ஒடுவென,* Tol.Col.sut. 73)

புறம். 2

அளியும் உடையோய்

Oh (king) who has mercy. Note: Ā in āy changes to ō by Tol. Col.195. *(தொழிலிற் கூறும்,* Tol.Col.sut. 133)

புறம். 2

மாப்பிணை .... துஞ்சும் பொற்கோட் டிமயம்

The Himalayas with golden peaks where female deer sleep. *(நிலனும் பொருளும்,* Tol.Col.sut. 234)

புறம். 2

நின்கடற் பிறந்த ஞாயிறு

Sun that rose from your sea *(நிலனும் பொருளும்,* Tol.Col.sut. 234)

புறம். 2

யாணர் வைப்பின் நன்னாட்டுப் பொருந

Oh lord of fine cities having new income *(புதிதுபடற் பொருட்டே,* Tol.Col.sut. 379)

புறம். 2

பெருஞ்சோற்று மிகுபதம் வரையாது கொடுத்தோய்

Oh king, who gave large quantities of food unflinchingly *(கொடுவென் கிளவி,* Tol.Col.sut. 447)

புறம். 2

கடற் பிறந்த *(லகார விறுதி,* Tol.Elu.sut. *367)*

புறம். 3

விலங்ககன்ற வியன்மார்ப

Oh king with wide well-built chest. *(நிலனும் பொருளும்*, Tol.Col. sut. 234)

புறம். 3

(நீ) நின்சொற் பெயரல்

You should not break your word *(எவ்வயிற் பெயரும்*, Tol.Col. sut. 68)

புறம். 3

(உரை) பொன்னான் இயன்ற பட்டம்

Frontlet [of an elephant] made of gold *(அதனி னியறல்*, Tol.Col. sut. 74)

புறம். 3

நின் சொற் பெயரல்

May not your word go unaccomplished! *(முன்னிலை வியங்கோள்*, Tol.Col.sut. 222)

புறம். 3

தவிரா வீகை

Unabated charity *(நிலனும் பொருளும்*, Tol.Col.sut. 234)

புறம். 3

அருந்தொழில் சாயாக்

கருங்கை யொள்வாட் பெரும்பெயர் வழுதி

Oh lord of the Pandyan kingdom with long fame, dazzling sword and black hand which did not lag behind to do the valorous deed. *(ஒய்த லாய்தல்*, Tol.Col.sut. 330)

புறம். 3

பருந்து இருந்து உயவும்........

மரத்த......... கவலை

Cross roads having trees where kites suffer. *(உயாவே யுயங்கல்,* Tol.Col.sut. 369)

புறம். 4[1]

தாயி றூவாக் குழவி போல

ஓவாது கூஉநின் னுடற்றியோர் நாடே

Your enemies' country cries un-interruptedly like children devoid of mother. *(பொருண்மை சுட்டல்,* Tol.Col.sut. 66)

புறம். 4[2]

வாள்..... செவ்வானத்து வனப்புப் போன்றன

Sword had the grandeur of the red horizon. *(அஆ வஎன,* Tol.Col. sut. 216)

புறம். 4

கூஉம் நின் உடற்றியோர் நாடே

The country of your enemies cries. *(முன்னிலை வியங்கோள்,* Tol. Col.sut. 222)

புறம். 4

நுதிமழுங்கிய வெண்கோடு

White tusk with its end blunted *(நிலனும் பொருளும்,* Tol.Col.sut. 234)

---

1 இப்பாடலடிகள் புறநானூறு 6இல் இருப்பதாகத் தவறுதலாக அச்சிடப்பட்டுள்ளது (ப-ர்).

2 இப்பாடலடிகள் புறநானூறு 6இல் இருப்பதாகத் தவறுதலாக அச்சிடப்பட்டுள்ளது (ப-ர்).

புறம். 4

மாக்கடல் நிவந்து எழுதருஞ் செஞ்ஞாயிறு

The red sun that rises from the wide ocean. *(நிலனும் பொருளும்,* Tol.Col.sut. 234)

புறம். 4

தோல் துவைத்தம்பிற் றுளை தோன்றுவ

Shields which had holes made by the arrows penetrating into them with noise. *(துவைத்தலுஞ் சிலைத்தலும்*, Tol.Col.sut. 358)

புறம். 4

செஞ்ஞாயிறு

Red sun. (வண்ணத்தின் வடிவின், Tol.Col.sut. 416)

புறம். 5

குழவி கொள்பவரி னோம்புமதி

Protect like those who tend children. *(ஐந்தா குவதே இன்னென,* Tol.Col.sut. 77)

புறம். 5

கானகநாடனை நீயோ

Oh you are the lord of the forest-region. *(அதுச்சொல் வேற்றுமை,* Tol.Col.sut. 213)

புறம். 5

கானக நாடனை நீயோ

You are the lord of forest region. *(அவற்றுள் முன்னிலைக் கிளவி,* Tol.Col.sut. 223)

புறம். 5

கானக நாடனை நீயோ பெரும

Oh great king, it is you that are the lord of forest region. *(பிரிநிலை வினாவே,* Tol.Col.sut. 256)

புறம். 5

அளிதோ தானே யது பெறல் அருங் குரைத்தே

(ஏயுங் குறையும், Tol.Col.sut. 272)

புறம். 6

குமரியின் தெற்கு

That which is south of Cape Comorin. *(ஐந்தா குவதே இன்னென*, Tol.Col.sut. 77)

புறம். 6[3]

வாடுக விறைவநின் கண்ணி யொன்னார்

நாடுசுடு கமழ்புகை யெறித்த லானே

Oh king, let your garland fade on account of the fire with fragrant smoke burning the enemies' country. *(பொருண்மை சுட்டல்*, Tol.Col.sut. 66)

புறம். 6

மன்னிய பெரும நீ

Oh great king, may you live long! *(முன்னிலை வியங்கோள்*, Tol. Col.sut. 222)

புறம். 6

தெவ்வர்

Foes (*தெவ்வுப் பகையாகும்*, Tol.Col.sut. 346)

புறம். 6

வாண்முகம்

Brilliant face *(வாளொளி யாகும்*, Tol.Col.sut. 367)

---

3 இப்பாடலடிகள் புறநானூறு 3இல் இருப்பதாகத் தவறுதலாக அச்சிடப்பட்டுள்ளது (ப-ர்).

புறம். 6

நின்சென்னி

(நீயெ னொருபெயர் Tol.Elu.sut. 254)

புறம். 6

முக்கட் செல்வர்

(ணகார விறுதி Tol.Elu.sut. 303)

புறம். 7

கொள்ளை மேவலை

You desire plunder. *(நம்பு மேவும்*, Tol.Col.sut. 329)

புறம். 7

மாமறுத்த மலர்மார்பின்

By having wide chest (which enables) Goddess Lakṣmī to forsake others. That the word mā here refers to Lakṣmī is learnt from cārpu or context. *(அவற்றுள், வினைவேறு படூஉம்*, Tol.Col.sut. 53)

புறம். 7

நல்ல இல்ல ஆகுப..... அகன்றலை நாடே

Let the good become extinct in the wide land. *(ஐயுங் கண்ணும்*, Tol.Col.sut. 105)

புறம். 7

கொள்ளை மேவலை .... இயறேர் வளவ

Oh king with fine chariot, you desire plunder. *(முன்னிலை வியங்கோள்*, Tol.Col.sut. 222)

புறம். 7

எறுழ்முன்பு

Great strength

Note.- Both the words eṟuḻ and muṉpu mean strength. It is a practice among Tamils to use compounds of words having the same meaning to denote larger quantity. *(எறுழ் வலியாகும்*, Tol.Col.sut. 388)

புறம். 7

மாமறுத்த மலர்மார்பின்

Māyōṉ means Viṣṇu. What is its derivation? The Sanskrit word mā which means Lakṣmī was used in that sense in early Tamil Literature… Hence the word māyaṉ might have been formed by adding aṉ to mā to mean one having Lakṣmi; the ā of māyaṉ might have been lengthened in verse for the sake of metre on the strength of the sūtra.*(மாயோன் மேய*, Tol.Akat.Sut.5)

புறம். 7

தாட்கழல்

(அல்வழி யெல்லாம், Tol.Elu.sut. 399)

புறம். 8

வையங் காவலர் வழிமொழிந்து ஒழுக

In order that the kings of the world may accept his suzerainty. *(செய்து செய்யூ*, Tol.Col.sut. 228)

புறம். 8

வையங் காவலர் வழிமொழிந் தொழுகப்

போகம் வேண்டிப் பொதுச்சொற் பொறாஅது

இடஞ்சிறி தென்னு மூக்கந் துரப்ப

..............................சேரலாதனை

யாங்கனம் ஒத்தியோ (பன்முறை யானும், Tol.Col.sut. 233)

புறம். 9

எங்கோ வாழிய…

நன்னீர்ப் பஃறுளி மணலினும் பலவே

May our king live for years greater than the sands of the river Paḵruḷi with clear water *(வண்ணம் வடிவே*, Tol.Col.sut. 78)

புறம். 9

பெண்டிரும் பிணியுடையீரும்.... நும் அரண் சேர்மின்

Oh women and those who are ill retire to your place of safety. *(ஆரு மருவும்*, Tol.Col.sut. 138)

புறம். 9

தென்புல வாழ்நர்க்கு அருங்கடன் இறுக்கும்

......புதல்வர்ப் பெறாதீரும்

Those of you who have not given birth to sons who can give oblations to manes. *(முன்னிலை வியங்கோள்*, Tol.Col.sut. 222)

புறம். 9

எம்மம்பு கடி விடுதும்

We will shoot our arrows with speed. *(கடியென் கிளவி*, Tol.Col. sut. 383)

புறம். 9

பஃறுளி

(தகரம் வரும்வழி, Tol.Elu.sut. 370)

புறம். 10

வழிபடு வோரை வல்லறிதி

You easily understand those that submit. *(இரண்டா குவதே ஐயென*, Tol.Col.sut. 71)

புறம். 10

யாம் ஏத்துகம் பலவே

We shall extol many (of your qualities). *(ஐயுங் கண்ணும்*, Tol.Col. sut. 105)

புறம். 10

நெய்தலங்கானல் நெடியோய்

Oh king of long descent at the place Neytalaṅkāṉal. *(பண்புகொள் பெயரும்*, Tol.Col.sut. 134)

புறம். 10

ஏத்துகம் பல

We shall extol in many ways. *(அவைதாம் அம்மா மெம்மேம்,* Tol.Col.sut. 202)

புறம். 10

நீ….. ஒப்ப நாடி யத்தக வொருத்தி

You, having properly investigated it, offer due punishment *(முன்னிலை வியங்கோள்,* Tol.Col.sut. 222)

புறம். 10

நீ …… தீமை காணின்

If you find out the mistake *(செய்து செய்யூ,* Tol.Col.sut. 228)

புறம். 10

செய்து இரங்கா வினை………… நெய்தலங்கானல் நெடியோன்

The lord of Neytataṅkāṉal whose deeds never gave room for repentance. *(அவற்றுள் இரங்கல் கழிந்த,* Tol.Col.sut. 359)

புறம். 11

வரிமணற் புனைபாவைக்குக்

குழவிச்சினைப் பூக்கொய்து

Having plucked flowers from bent branches for the image made in sand-heap. *(அதற்குவினை யுடைமையின்,* Tol.Col.sut. 76)

புறம். 11

பாடினியும்… இழை பெற்றிசினே

peṟṟiciṉ = peṟṟāḷ

(அவற்றுள் இகுமுஞ் சின்னும், Tol.Col.sut. 275)

புறம். 11

அரிமயிர்த் திரண்முன்கை

Stout fore-arm with slender hair *(அரியே யைம்மை,* Tol.Col.sut. 356)

புறம். 11

விண்பொருபுகழ்

(விண்ணென வரூஉம், Tol.Elu.sut. 306)

புறம். 14

ஊன்றுவை கறி சோறு உண்டு

For the verb uṇ is used as one giving general sense in Puṟanāṉūṟu. Cf…….Having taken in meat, chutney, vegetables and rice *(எண்ணுங் காலு*, Tol.Col.sut. 47)

புறம். 14

பொருநர்க்கு… சேய்

You are God Murukaṉ to those who attack you. *(அதற்குவினை யுடைமையின்*, Tol.Col.sut. 76)

புறம். 14

சமன் தாங்கவும் ………. மா தாங்கவும்

சாப நோன் ஞாண் வடுக்கொள வழங்கவும் (வினையொடு நிலையினும், Tol.Col.sut. 293)

புறம். 14

தடக்கை

Big hands *(தடவுங் கயவும்*, Tol.Col.sut. 320)

புறம். 14[4]

நன்று மெல்லிய பெரும

Oh great king, even the great became small *(நன்று பெரிதாகும்*, Tol.Col.sut. 343)

புறம். 14

தாடோய் தடக்கை

(ளகார விருதி, Tol.Elu.sut. *397)*

---

4 இப்பாடலடி புறநானூறு 12இல் இருப்பதாகத் தவறுதலாக அச்சிடப் பட்டுள்ளது *(ப-ர்)*.

புறம். 15

பாடினி பாடும் வஞ்சிக்கு

நாடல் சான்ற மைந்தினோய்

Oh King! Who possesses valour which fits in with the song sung by the lady-minstrel. *(அதற்குவினை யுடைமையின்,* Tol.Col.sut. 76)

புறம். 15

பாவடியாற் செறனோக்கின்

ஒளிறு மருப்பிற் களிறவர

காப்புடைய கயம்படியினை

You have allowed to bathe in the ponds well attended to by them, the elephants which have shining tusks and fierce look along with broad feet. *(அதனி னியறல்,* Tol.Col.sut. 74)

புறம். 15

கடுந்தார் முன்பு தலைக்கொண்மார்

நசைதர வந்தோர் நசைபிறக் கொழிய

In order that the expectations of those who came eager to route the strength of the van-guard of the enemy. *(மாரைக் கிளவியும்,* Tol. Col.sut. 207)

புறம். 15

அருஞ்சீர்த்தி............ வேள்வி முற்றி

Having finished the sacrifice of very great fame. *(சீர்த்தி மிகுபுகழ்,* Tol.Col.sut. 312)

புறம். 16

நாம நல்லமர்

Fine dreadful battle. *(பேநா முருமென,* Tol.Col.sut. 365)

புறம். 17

இழந்து வைகுதும்

We shall lose. *(அவைதாம் அம்மா மெம்மேம்,* Tol.Col.sut. 202)

புறம். 17

காண்கு வந்திசின் பெரும

Oh great king I came to see you. *(அவற்றுள் செய்கென் கிளவி,* Tol.Col.sut. 204)

புறம். 17

காண்கு வந்திசின்

vanticiṉ = vantēṉ. *(அவற்றுள் இகுமுஞ் சின்னும்,* Tol.Col.sut. 275)

புறம். 17

நீ பட்ட

(நீயென் பெயரும் Tol.Elu.sut. 251)

புறம். 18

உண்டி கொடுத்தோர் உயிர் கொடுத்தோரே

Food-givers are life-givers. *(பாலறி மரபின்,* Tol.Col.sut. 211)

புறம். 18

புலம் கண்ணகன் வைப்பிற்று

The cultivatable land has wide space. *(இன்றில வுடைய,* Tol.Col. sut. 220)

புறம். 18

தாளிற் றந்து

Having obtained with effort. *(செய்து செய்யூ,* Tol.Col.sut. 228)

புறம். 18

முழங்கும் முந்நீர்

The roaring sea. *(நிலனும் பொருளும்,* Tol.Col.sut. 234)

புறம். 18

மல்லன் மூதூர் வயவேந்தே

Oh valourous king of the fertile old city. *(மல்லல் வளனே,* Tol.Col. sut. 303)

புறம். 19

ஆரங் கவைஇய மார்பே

Chest embracing a garland. *(கவவகத் திடுமே,* Tol.Col.sut. 357)

புறம். 19

நின்னொடு

(நீயெ னொருபெயர் Tol.Elu.sut. 180)

புறம். 20

அவையளந்து அறியினும்

Though one understands (their limit) by measuring them. *(காப்பி னொப்பின்,* Tol.Col.sut. 72)

புறம். 20

விதிர்ப்புற வறியா வேமக் காப்பினை

You protect yourself with fort etc. which has made you not acquainted with tremor. *(அதிர்வும் விதிர்ப்பும்,* Tol.Col.sut. 316)

புறம். 20

அனையை யாகன் மாறெ

the commentator says that mā<u>r</u>u denotes cause. *(பொருடெரி மருங்கின்,* Tol.Col.sut. 408)

புறம். 21

பாடுதுறை முற்றிய கொற்ற வேந்தே

Vēnta<u>n</u> here means Indra; hence scholars derive it from dēvē<u>n</u>dra; dēvē<u>n</u>dra may become tēvēnta<u>n</u> in Tamil and tē should have been dropped. In that case vēnta<u>n</u> for tēvēnta<u>n</u> is an example of partial Aphesis. Later on the word might have extended its meaning to denote king in general. It had its curtailed form also in vēntu… *(மாயோன் மேய,* Tol.Akat.Sut.5)

புறம். 22

தூங்கு கையான் ஓங்கு நடைய

Those having majestic gait with their waving hands (Association). *(மூன்றா குவதே ஒடுவென*, Tol.Col.sut. 73)

புறம். 22

ஓம்பாது ஈயும் ஆற்றல்

Capacity to give without reserve. *(நிலனும் பொருளும்*, Tol.Col. sut. 234)

புறம். 22

விறல் வெஞ்சேய்

Oh lord eager of victory. *(வெம்மை வேண்டல்*, Tol.Col.sut. 334)

புறம். 22

கலிச்சும்மை வியலாங்கண்

In the extensive place full of great noise. *(கம்பலை சும்மை*, Tol. Col.sut. 349)

புறம். 22

வியன் பாசறை

Extensive tent *(வியலென் கிளவி*, Tol.Col.sut. 364)

புறம். 22

வேறு புலம்

(ஒற்றிடை யினமிகா Tol.Elu.sut. 413)

புறம். 22[5]

……….. நீ துஞ்சாய் மாறே

the commentator says that māṟu denotes cause *(பொருடெரி மருங்கின்*, Tol.Col.sut. 408)

---

5 *இப்பாடலடி புறநானூறு 20இல் இருப்பதாகத் தவறுதலாக அச்சிடப்பட்டுள்ளது (ப-ர்).*

புறம். 23

களிறு படிந்து உண்டெனக் கலங்கிய துறையும்

The ghat where water is disturbed on account of the elephants having remained and drunk water. (*செய்து செய்யூ*, Tol.Col.sut. 228)

புறம். 23

Note 1. – Cēṉāvaraiyar says that ku, ṭu, tu, ru and al will be used in the future tense. But in kaṇṭaṉeṉ varuval (puṟa. 23, 17) …….. varuval denotes past tense. Nacciṉārkkiṉiyar says that mostly the first four will be used in the future tense. Iḷampūraṇar does not mention anything about the tense here. (*கடதற வென்னும்*, Tol. Col.sut. 203)

புறம். 24

எல்வளை

Dazzling bracelet. (*எல்லே இலக்கம்*, Tol.Col.sut. 269)

புறம். 24

மைந்தர் எல்வளை மகளிர் தலைக்கை தரூஉந்து

Men give their first hand to women with dazzling bracelets. (*உம்முந் தாகும்*, Tol.Col.sut. 292)

புறம். 24

செஞ்ஞாயிற்று வெயின் முனையின்

If they are disgusted with the light of the red-sun. (*முனைவு முனிவாகும்*, Tol.Col.sut. 386)

புறம். 24

தேம்பாய் புன்னை

(*மெல்லெழுத்து மிகினும்*, Tol.Elu.sut. 342)

புறம். 24

வெயின்முனையில்

(மெல்லெழுத் தியையின், Tol.Elu.sut. *368)*

புறம். 24

தெண்கடல்

(அல்வழி யெல்லாம் Tol.Elu.sut. *399)*

புறம். 26

நளிகடல்

Big sea. (*தடவுங் கயவும்*, Tol.Col.sut. 320)

புறம். 27

அருள வல்லை

You are capable of showing mercy. *(அன்மையி னின்மையின்*, Tol. Col.sut. 214)

புறம். 29

கழனிப் படுபுள் ளோப்புநர்

Those who scare away the birds in the fields. *(காப்பி னொப்பின்*, Tol.Col.sut. 72)

புறம். 30

மீப்பாய்

(இடம்வரை கிளவிமுன், Tol.Elu.sut. 252)

புறம். 31

துஞ்சாக் கண்ண வடபுலத் தரசே

Kings of the north! Keep awake. *(குடிமை யாண்மை*, Tol.Col. sut. 56)

புறம். 31

நுதிமுக மழுங்க மண்டி யொன்னார்

கடிமதில் பாயுநின் களிறடங் கலவே

Your elephants are innumerable which pounce against well-guarded forts of enemies and dash so that the tips of their tasks become blunt. *(தத்த மெச்சமொடு,* Tol.Col.sut. 237)

புறம். 31

வேற்றுப்புலம்

(ஒற்றிடை யினமிகா, Tol.Elu.sut. 413)

புறம். 35

அதன் பயன்

(யாதென் னிறுதியும் Tol.Elu.sut. 423)

புறம். 36

நீ யளந்து அறிதி நின் புரைமை

You are able to gauge your greatness. *(உருவுட் காகும்,* Tol.Col. sut. 300)

புறம். 36

மரந் தடியுமோசை......... இயம்ப

The noise made while cutting the trees sounding. *(துவைத்தலுஞ் சிலைத்தலும்,* Tol.Col.sut. 358)

புறம். 37

புள்ளுறு புன்கண் தீர்த்த வெல்வேற்

சினங்கெழு தானைச் செம்பியன் மருக

Oh the descendant of Cempiyan̲ who deprived the bird of its grief and who has armies fierce with victorious javelins. *(தத்த மெச்சமொடு,* Tol.Col.sut. 237)

புறம். 38

செஞ்ஞாயிற்று நிலவு வேண்டினும்

Even if one wants moonlight from the red sun. *(இனச்சுட் டில்லா,* Tol.Col.sut. 18)

புறம். 38

மழகளிறு

Young elephant. (*மழவுங் குழவும்*, Tol.Col.sut. 311)

புறம். 39

யாங்கனம் மொழிகோ யானே

How will I express? *(கடதற வென்னும்*, Tol.Col.sut. 203)

புறம். 39

பீடுகெழு நோன்றாள் பாடுங் காலே

When praising your strong and worthy feet. *(பின்முன் கால்கடை*, Tol.Col.sut. 229)

புறம். 40

எயில் ஓம்பாது

Without protecting the fort. *(காப்பி னொப்பின்*, Tol.Col.sut. 72)

புறம். 41[6]

விழுமியோர்

Men of regularity. (*விழுமஞ் சீர்மையும்*, Tol.Col.sut. 353*)*

புறம். 42

புலவர் எல்லாம் நின் னோக்கினரே

All the poets looked at you. *(அர்ஆர் பஎன*, Tol.Col.sut. 206)

புறம். 44

Note: vayamān̲ r̲ōn̲r̲al and…. are used without lengthening the penultimate vowel. *(எஞ்சிய விரண்டின்*, Tol.Col.sut. 144)

---

[6] *இப்பாடலடி புறநானூறு 4இல் இருப்பதாகத் தவறுதலாக அச்சிடப் பட்டுள்ளது (ப-ர்).*

புறம். 44[7]

இன்னாது அம்ம ஈங்கு

(அம்மகேட் பிக்கும், Tol.Col.sut. 276)

புறம். 47

வள்ளியோர்ப் படர்ந்து

Having thought of the strong. *(படரே யுள்ளல்*, Tol.Col.sut. 340)

புறம். 50

உருகெழு முரசம்

Muraja which inspires dread. *(உருவுட் காகும்*, Tol.Col.sut. 300)

புறம். 50

மதனுடை முழவுத் தோள்

Stout and strong shoulders. *(மதவே மடனும்*, Tol.Col.sut. 377)

புறம். 52

இது நீ கண்ணியதாயின்

(ஏனைமுன் வரினே, Tol.Elu.sut. 425)

புறம். 54

கம்பலை மூதூர்

The noisy old city. *(கம்பலை சும்மை*, Tol.Col.sut. 349)

புறம். 54

இடையின்று குறுகி

(இன்றி யென்னும், Tol.Elu.sut. 238)

---

[7] இப்பாடலடிகள் புறநானூறு 42இல் இருப்பதாகத் தவறுதலாக அச்சிடப் பட்டுள்ளது (ப-ர்).

புறம். 55

கடுஞ்சினத்த கொல்களிறும்

கதழ்பரிய கலிமாவும்

நெடுங்கொடிய நிமிர்தேரும்

நெஞ்சுடைய புகன்மறவருமென

நான்குடன் மாண்ட தாயினும்

Though the four parts (of the army) consisting of fiery war elephants, swift and daring horses, lofty chariots with long flags and bold and willing warriors were great… *(பலவயி னானு*, Tol.Col.sut. 51)

புறம். 55

ஒருகணை கொண்டு மூவெயி லுடற்றி

Having destroyed three forts with one arrow. *(அதனி னியறல்*, Tol. Col.sut. 74)

புறம். 55

ஒருகணை கொண்டு மூவெயில் உடற்றி

Having destroyed three forts with one arrow. *(யாத னுருபிற்*, Tol. Col.sut. 106)

புறம். 55

நீ நீடு வாழிய நெடுந்தகை

Oh king of long fame, may you live long! *(அண்மைச் சொல்லே*, Tol.Col.sut. 127)

புறம். 55

வேந்து மேம்பட்ட பூந்தார் மாற

Oh Pāṇdyan king with flower-garland on, the best among kings. *(முன்னிலை வியங்கோள்*, Tol.Col.sut. 222)

புறம். 56

குடதிசைத்

தண்கதிர் மதியம் போலவும்

நின்று நிலைஇய ருலகமோ டுடனே

May you live long with all the people like the cool-rayed moon shining in the west! (*அதனி னியறல்*, Tol.Col.sut. 74)

புறம். 56

பனைக்கொடி

(*கொடிமுன் வரினே*, Tol.Elu.sut. 286)

புறம். 58

கொடுவரிக் கோண்மா

(*இகர விறுதி*, Tol.Elu.sut. 236)

புறம். 58

பனைக்கொடி

(*ஐகார விறுதி*, Tol.Elu.sut. 281)

புறம். 58

தமிழ்கெழு கூடல்

(*லனவென வரூஉம்*, Tol.Elu.sut. 481)

புறம். 60

உவவுமதி, மாலை வெண்குடை ஒக்கும்

The full-moon compares itself with the white umbrella with garlands hanging from it. (*காப்பி னொப்பின்*, Tol.Col.sut. 72)

புறம். 60

உச்சி நின்ற உவவுமதி கண்டு

Having seen the full moon right above the head (*முன்னிலை வியங்கோள்*, Tol.Col.sut. 222)

புறம். 61

வருந்தக் காண்ட லதனினு மிலமே

We see them suffer much less than that (*வண்ணம் வடிவே*, Tol. Col.sut. 78)

புறம். 61

மலைந்தோர் வாழக்கண் டன்றும் இலம்

We have not seen (your) foes thriving *(அவைதாம் அம்மா மெம்மேம்*, Tol.Col.sut. 202)

புறம். 61

புதுநெல்

New paddy. (வண்ணத்தின் வடிவின், Tol.Col.sut. 416)

புறம். 63

பல்யானையு மம்பொடு துளங்கி

Many elephants being shattered with arrows (Instrument). *(மூன்றா குவதே ஒடுவென*, Tol.Col.sut. 73)

புறம். 63

பல்யானையும் அம்பொடு துளங்கி

Many elephants having been shattered with arrows. *(அதனி னியறல்*, Tol.Col.sut. 74)

புறம். 66

நின்னினு நல்ல னன்றே

He is not at all better than you. *(வண்ணம் வடிவே*, Tol.Col.sut. 78)

புறம். 66

நளியிம் முந்நீர்

This sea full of water. *(நளியென் கிளவி*, Tol.Col.sut. 323)

புறம். 67

அன்னச்சேவல் ... வடமலைப் பெயர்குவை யாயின்

Oh male-swan, if you go to the Himalayas. *(முன்னிலை வியங்கோள்*, Tol.Col.sut. 222)

புறம். 67

அன்னச்சேவல்....... அயிரை மாந்தி

வடமலைப் பெயர்குவையாயின்

Oh male-swan, you having eaten ayirai fish go to the Himalayas. *(முன்னிலை வியங்கோள்,* Tol.Col.sut. 222)

புறம். 67

அன்னச்சேவல்........ வடமலைப் பெயர்குவை ஆயின்

Oh male swan, if you go to Himalayas. *(அவற்றுள் முன்னிலைக் கிளவி,* Tol.Col.sut. 223)

புறம். 67

அன்னச் சேவல்...... இரும்பிசிராந்தை யடியுறை யெனின்

Oh swan, if you say that you are a servant of Irumpicirāntai. *(வாரா மரபின,* Tol.Col.sut. 422)

புறம். 68

சாவேம் யாம்

We will die. *(அவைதாம் அம்மா மெம்மேம்,* Tol.Col.sut. 202)

புறம். 68

ஈங்கு எவன் செய்தியோ பாண

Oh bard, what are you doing here? *(அவற்றுள் முன்னிலைக் கிளவி,* Tol.Col.sut. 223)

புறம். 68

புனிறு தீர் குழவிக்கு இலிற்று முலை போல

Like the udder which flows with milk to be given to the calf just born. *(புனிறென் கிளவி,* Tol.Col.sut. 375)

புறம். 69[8]

ஒள்ளெரி புரையு முருகெழு பசும்புட் கிள்ளிவளவன்

Kiḷḷi-vaḷavaṉ with anklets made of refined gold of fine colour resembling the well–lit fire. *(காப்பி னொப்பின்,* Tol.Col.sut. 72)

புறம். 69

அடுகளிறு

Killing elephant. *(வினையின் றொகுதி,* Tol.Col.sut. 415)

புறம். 70

நினைக்க வேண்டா

It need not be doubted. (*அஆ வஎன,* Tol.Col.sut. 216)

புறம். 70

பண்ணன் சிறுகுடி

(கிளைப்பெய ரெல்லாம், தொல்.சொல். சூத். 339)

புறம். 71

தென்புலங் காவலி னொரீஇ

Having been deprived of the rule of Pāṇṭiyaṉ land. *(வண்ணம் வடிவே,* Tol.Col.sut. 78)

புறம். 71

சிறந்த

பேரம ருண்க ணிவளினும் பிரிக

May I be bereft of this superior and noble lady (of mine) who has beautified her eyes with collyrium. *(வண்ணம் வடிவே,* Tol.Col. sut. 78)

---

[8] *இப்பாடலடிகள் புறநானூறு 70இல் இருப்பதாகத் தவறுதலாக அச்சிடப் பட்டுள்ளது (ப-ர்).*

புறம். 72

கொடியன் எம்மிறை எனக் கண்ணீர் பரப்பிக்

குடி பழி தூற்றுங் கோலேன் ஆகுக

Let me become the ruler whom the subjects slander that 'our king is cruel', shedding tears. *(செய்தெ னெச்சத்து*, Tol.Col.sut. 239)

புறம். 73

முரசுகெழு தாயத் தரசோ தஞ்சம்

It is easy to give the sovereignty which came from the ancestors and which is provided with muraja. *(தஞ்சக் கிளவி*, Tol.Col.sut. 266)

புறம். 73

நீண்முளை

(அல்வழி யெல்லாம், Tol.Elu.sut. 399)

புறம். 74

ஊன்றடி

ஊன்குறை முதலிய தொகைமொழிகள் ஊ, குறை என்ற சொற்களால் ஆயின என்றதை அறியாது, ஊன், குறை என்ற சொற்களால் ஆயின என மாறுபட்டு உணர்ந்து ஊன் என்றதைத் தனியாக வழங்கினர் எனத் தோன்றுகின்றது. உ-ம் ஊனுமூணும் *(புறம். 381)*. இதனை நச்சினார்க்கினியர் 'ஊ வென்பது தசையை உணர்த்தி நின்றவழக்கு ஆசிரியர் நூல் செய்த காலத்து வழக்கு அன்றித் தேயவழக்கேனு முணர்க' என்ற தொடராற் குறிக்கின்றனர்.

(ஊவெ னொருபெயர், Tol.Elu.sut. 270)

புறம். 75

கூரில் ஆண்மை

Manliness not of superior quality. *(கூர்ப்புங் கழிவும்*, Tol.Col. sut. 314)

புறம். 75

பழவிறற்றாயம்......

சிறியோன் பெறின் அது சிறந்தன்று மன்னே

If a small man gets sovereignty from his ancestors acquired by their valour, it becomes too heavy for him to bear. (*கழிவே யாக்கம்*, Tol. Col.sut. 252)

புறம். 77

வேம்பி னொண்டளிர்

நெடுங்கொடி யுழிஞைப் பவரொடு மிலைந்து

Having worn the shining sprouts of margosa tree with a piece of the long creeper named uḻiñai. (*அதனி னியறல்*, Tol.Col.sut. 74)

புறம். 78

நம்மிற் பொருநனு மிளையன்

The warrior is younger than we (*வண்ணம் வடிவே*, Tol.Col. sut. 78)

புறம். 78

விழுமியம்....... யாம்

We are magnificent people (*விழுமஞ் சீர்மையும்*, Tol.Col.sut. 353)

புறம். 78

சிலைத்து அழுந்து

Having risen up making noise. (*துவைத்தலுஞ் சிலைத்தலும்*, Tol. Col.sut. 358)

புறம். 79

வம்புமள்ளர்

Warriors whose life was insecure. (*வம்பு நிலையின்மை*, Tol.Col. sut. 327)

புறம். 80[9]

போரருந் தித்தன் காண்கதில் லம்ம

I desire that Tittan̲ who cannot be met in battle see (him). *(விழைவே காலம்*, Tol.Col.sut. 253)

புறம். 80

கடுங்கள்

Pungent liquor. *(ஐயமுங் கரிப்பும்*, Tol.Col.sut. 384)

புறம் 81

ஆர்ப்பெழு கடலினும் பெரிது

Uproar was bigger than the roar of the seven seas. *(வண்ணம் வடிவே*, Tol.Col.sut. 78)

புறம். 84

என்னை ……….. உமணர் வெறூஉம் துறையன் னன்னே

My lord is like the port which gives alarm to the salt merchants. *(அதுச்சொல் வேற்றுமை*, Tol.Col.sut. 213)

புறம். 84

போர்க்களம்

(ரகார விறுதி, Tol.Elu.sut. 363)

புறம். 86

சிற்றில் நற்றூண் பற்றி

Taking hold of the well-made pillar in the toy-house. *(பிறிதுபிறி தேற்றலும்*, Tol.Col.sut. 104)

புறம். 87

களம்புகல் ஓம்புமின் தெவ்விர்

Oh foes, avoid entry into the battlefield. *(இர்ஈர் மின்னென*, Tol. Col.sut. 224)

---

[9] இப்பாடலடி புறநானூறு 50இல் இருப்பதாகத் தவறுதலாக அச்சிடப் பட்டுள்ளது (ப-ர்).

புறம். 90

பெருமிதப் பகட்டிற்குத் துறையு முண்டோ

Is there any landing place (not suited to) a fat bull? *(அதற்குவினை யுடைமையின்*, Tol.Col.sut. 76)

புறம். 90

மான் கணம்

(கிளைப்பெய ரெல்லாம், Tol.Elu.sut. 339)

புறம். 90

வரிமணன் ஞெமர

(அல்வழி யெல்லாம், Tol.Elu.sut. 369)

புறம். 91

நெல்லி தீங்கனி... எமக்கு ஈத்தனையே

You gave me the sweet nelli fruit. *(நான்கா குவதே குஎன*, Tol.Col. sut. 75)

புறம். 92

தந்தையர்க்கு

அருள்வந் தனவாற் புதல்வர்தம் மழலை

The indistinct words of children gave pleasure to their parents. *(அதற்குவினை யுடைமையின்*, Tol.Col.sut. 76)

புறம். 92

யாழொடுங் கொள்ளா

They cannot be in harmony with the sound produced by ya<u>l</u> *(எதிர்மறுத்து மொழியினும்*, Tol.Col.sut. 107)

புறம். 94

மற்றதன்

துன்னருங் கடாஅம் போல

Like the state of other elephants in rut. *(ஆறா குவதே அதுவென,* Tol.Col.sut. 79)

புறம். 95

கடியுடை வியனகர்

Extensive and well protected city. *(கடியென் கிளவி,* Tol.Col. sut. 383)

புறம். 98

பிணன் அழுங்கக் களன் உழக்கி

Having disturbed the battle-field in such a way that the corpses may have their forms destroyed. *(அவற்றுள் அழுங்கல் இரக்கமும்,* Tol.Col.sut. 350)

புறம். 99

அமரர்ப் பேணி

Having worshipped dēvas *(பிணையும் பேணும்,* Tol.Col.sut. 338)

புறம். 103[10]

குழக்கன்று

Young calf *(மழவுங் குழவும்,* Tol.Col.sut. 311)

புறம். 103

வாழ்கவன் றாளே

vāḻkavaṉ for vaḻka-v-avaṉ *(அந்நாற் சொல்லுந்,* Tol.Col.sut. 403)

---

10 *இப்பாடலடி நாலடியார் 101 ஆம் பாடலில் உள்ளது. புறநானூறில் 'குழ' என்னும் இளமைப் பெயர் இல்லை (ப-ர்).*

புறம். 104

போற்றுமின் மறவீர்

Oh brave warriors, protect. (*ஆரு மருவும்*, Tol.Col.sut. 138)

புறம். 105

நீரினு மினிய சாயல் பாரி

Pāri more tender than water. (*வண்ணம் வடிவே*, Tol.Col.sut. 78)

புறம். 109

அளிதோ தானே பாரியது பறம்பே

The Pa<u>r</u>ampu (name of a hill) of Pari (name of a chieftain) deserves our pity. (*ஆறா குவதே அதுவென*, Tol.Col.sut. 79)

புறம். 109

மூவிரும்...... தாளிற் கொள்ளலிர்

All of you three cannot take hold of with your effort. (*இர்ஈர் மின்னென*, Tol.Col.sut. 224)

புறம். 109

பலவின் பழம்

(*அஆ வென்னும்*, Tol.Elu.sut. 182)

புறம். 109

மீன்கண்

(*மீனென் கிளவி*, Tol.Elu.sut. 340)

புறம். 112

அற்றைத் திங்கள்...

எந்தையும் உடையேம்....

இற்றைத் திங்கள் யாம்

…. எந்தை[11]யும் இலமே

We had our father that day, but now we do not have him. *(இரண்டா குவதே ஐயென,* Tol.Col.sut. 71)

புறம். 112

அற்றைத் திங்கள்….. எந்தையும் உடையேம்

That day we had our father. *(அதுச்சொல் வேற்றுமை,* Tol.Col. sut. 213)

புறம். 112

இற்றைத் திங்கள்….. யாம் எந்தையும் இலமே[12]

To-day we do not have our father. *(அன்மையி னின்மையின்,* Tol. Col.sut. 214)

புறம். 113

நிற் பழிச்சிச் சேறும்

We shall go after praising you. *(காப்பி னொப்பின்,* Tol.Col.sut. 72)

புறம். 113

நிற் பழிச்சிச் சேறும்

We shall go after praising you. *(காப்பி னொப்பின்,* Tol.Col.sut. 72)

புறம். 116

பூஞ்சோலை

(பூவெ னொருபெயர் Tol.Elu.sut. 269)

புறம். 120

கோட்பதம்

(நெடியத னிறுதி, Tol.Elu.sut. 401)

---

11 The accusative case-suffix ai is dropped here.

12 In the Ancient Period ilam was a transitive verb.

புறம். 125

ஒருநீ யாயினை...... நிற் பெற்றிசினோர்க்கே

You have become the only resort for those who came to you. *(அதற்குவினை யுடைமையின்,* Tol.Col.sut. 76)

புறம். 125

.........உண்கும்

We shall eat. *(அவைதாம் அம்மா மெம்மேம்,* Tol.Col.sut. 202)

புறம். 126

வல்லேம் அல்லேம்

We are not capable. *(அவைதாம் அம்மா மெம்மேம்,* Tol.Col. sut. 202)

புறம். 128

மன்றப்பலவின்

(ஒற்றுநிலை திரியா, Tol.Elu.sut. 419)

புறம். 129

முன்றில்

இல்லின் முன்னிடம் என்ற பொருள்பட, இல்முன் என்ற இரண்டு சொற்களும் வேற்றுமைத்தொகையாம்போது, 'மருவின் தொகுதி...' *(எழுத். 112)* என்ற சூத்திரத்தால் முன் இல் என மாற, ஆங்கு னகரம் இரட்டித்து முன்னில் எனத் தொகைச் சொல்லாகாது முன்றில் என ஆகும் என்று இச்சூத்திரம் உணர்த்தும்.

(முன்னென் கிளவி, Tol.Elu.sut. 356)

புறம். 130

கொங்கர்க் குடகடல் ஓட்டிய ஞான்றை

On the day when Koṅkar were driven towards the Arabian sea. *(நிலனும் பொருளும்,* Tol.Col.sut. 234)

புறம். 133

காணிய சென்மே

Go to see. *(முன்னிலை முன்னர்,* Tol.Col.sut. 451)

புறம். 135

அருவிடர்ச் சிறுநெறி யேறலின் வருந்தி

Having suffered on account of the ascent through the narrow path of the steep valley. *(ஐந்தா குவதே இன்னென,* Tol.Col.sut. 77)

புறம். 135

தடவரல் கொண்ட........ விறலி

Vir̲ali with bent body. *(அவற்றுள் தடவென் கிளவி,* Tol.Col. sut. 321)

புறம். 136

நின்னிசை நம்பி

Having desired your fame. *(நம்பு மேவும்,* Tol.Col.sut. 329)

புறம். 140

தான் பிறவரிசை யறிதலின்

(யாகா பிறபிறக்கு, Tol.Col.sut. 279)

புறம். 143

மலை வான் கொள்கென

So that cloud may surround the mountain. *(வினையே குறிப்பே,* Tol.Col.sut. 258)

புறம். 144

யாம் அவன் கிளைஞரேம் அல்லேம்

We are not his relatives *(அன்மையி னின்மையின்,* Tol.Col. sut. 214)

புறம். 144

இளையோய் கிளையை மன்னெங்கேள் வெய்யோற்கு

Oh young lady, are you related to him who is eager of our friendship? *(வினையினும் பண்பினும்,* Tol.Col.sut. 146)

புறம். 145

நெடுந்தே ரேறி

Having got up the lofty chariot. *(காப்பி னொப்பின்,* Tol.Col.sut. 72)

புறம். 147

நெய்யொடு துறந்த மையிருங் கூந்தல்

The black flowing tresses of a woman deprived of oil. *(அதனி னியறல்,* Tol.Col.sut. 74)

புறம். 147

அதுமன்

(அவைதாம் முன்னும் பின்னு, Tol.Col.sut. 251)

புறம். 150

அம்மலை காக்கும் ... நள்ளி யவன்

He is Naḷḷi protecting that mountain. *(காப்பி னொப்பின்,* Tol. Col.sut. 72)

புறம். 150

உயங்குபடர் வருத்தமு முலைவு நோக்கி

Having noted the growing misery and indigence. *(காப்பி னொப்பின்,* Tol.Col.sut. 72)

புறம். 150

நின் இரும்பே ரொக்கலொடு தின்ம்

Eat with your large retinue (Association) *(மூன்றா குவதே ஒடுவென,* Tol.Col.sut. 73)

புறம். 150

இரும்பே ரொக்கலொடு தின்ம்

Eat with a wide circle of relatives. *(அதனி னியறல்,* Tol.Col. sut. 74)

புறம். 151

நன்னன் மருகன் அன்றியும் நீயும்

முயங்கற்கு ஒத்தனை மன்னே

Even you, in spite of your being a descendent of Na<u>nn</u>a<u>n</u>, deserve to be approached, but… *(கழிவே யாக்கம்,* Tol.Col.sut. 252)

புறம். 152

நன்பொன்

பன்மணிக் குவையொடும் விரைஇக் கொண்ம்

Take the fine gold along with many heaps of gems. *(அதனி னியறல்,* Tol.Col.sut. 74)

புறம். 152

தாவினன்பொன்

Gold which is not strong *(தாவே வலியும்,* Tol.Col.sut. 344)

புறம். 153

யானை இனத்தொடு பெற்றனர்

They received elephants with the trappings. *(காப்பி னொப்பின்,* Tol.Col.sut. 72)

புறம். 154

அரச ருழைய ராகவும் புரைதபு

வள்ளியோர்ப் படர்குவர் புலவ ரதனால்

யானும்…….. வந்தனனே

Learned men though patronised by kings go to the liberal-minded. So I too came. *(சுட்டுமுத லாகிய,* Tol.Col.sut. 40)

புறம். 155

இலம்படுபுலவர் மண்டை

"இலம்" என்பது ...... இலம்படு புலவ ரேற்றகை *(மலைபடு.576. பரிபா.10,126)* என்ற விடங்களில் வந்துளது. ஆங்கு "வறுமையுற்ற யாழப் புலவரது ஏற்கு மண்டை" எனப் புறநானூற்று உரைகாரரும், "இன்மையாற் பற்றப்பட்ட புலவர்" எனப் பரிபாடலுரைகாரரும், "இல்லாமையுண்டான புலவர் ஏற்றகை" என மலைபடுகடாமுரைகாரராகிய நச்சினார்க்கினியரும் பொருள் கூறினர். இலம் என்பதை நலம் என்பதைப் போன்று பெயராகப் புறநானூற்றுரைகாரரும் பரிபாடலுரைகாரருங்கொண்டு இலம்படுபுலவர் என்பதை வேற்றுமைத் தொகையாகக் கொண்டனர் என்பது வெளிப்படை. ஆகலின் "இலம்" என்பது உரிச்சொல் என்ற இளம்பூரணர் கூற்றும் 'இலம்படுபுலவர்' என்றவிடத்து 'இலம்படு' என்பது அல்வழிப் புணர்ச்சியாகும் என்ற நச்சினார்க்கினியர் கூற்றும் ஆராய்தற்குரியன.... இலம்படு என்ற பகுதி வேற்றுமைப் புணர்ச்சியாகுமென இளம்பூரணர் கூறினரே யன்றி 'படுபுலவர்' என்ற பகுதி வேற்றுமைப் புணர்ச்சியாகு மெனக் கூறிற்றிலர். ஆகலின் 'இலம்படு' என்பது இளம்பூரணர் கூறியவாறே வேற்றுமைப்புணர்ச்சி யாகு மெனக் கொள்ளுதலே பொருந்தும்.

(இலமென் கிளவிக்கு, தொல்.எழுத்.புள்ளி. 317)

புறம். 159

இருவர் நெஞ்சமும் உவப்ப

So that the hearts of both may rejoice. *(உகப்பே யுயர்தல்,* Tol.Col. sut. 305)

புறம். 159

கருவி வானம்

Dense cloud. *(கருவி தொகுதி,* Tol.Col.sut. 354)

புறம். 164

நீரொடு நிறைந்த...... கண்

Eyes filled with tears (agent). (*மூன்றா குவதே ஒடுவென*, Tol.Col. sut. 73)

புறம். 165–14

Note 1. – Cēṉāvaraiyar says that ku, ṭu, tu, ṟu and al will be used in the future tense. But in .... uvakaiyoṭu varuval (puṟa. 165, 14) varuval denotes past tense. Nacciṉārkkiṉiyar says that mostly the first four will be used in the future tense. Iḷampūraṇar does not mention anything about the tense here. (*கடதற வென்னும்*, Tol. Col.sut. 203)

புறம். 166

அருங்கடிப் பெருங்காலை

On that day with such brilliance as is not easy to get. (*கடியென் கிளவி*, Tol.Col.sut. 383)

புறம். 167

அவரே....... கண்ணுக்கினியர்

But they....... Are beautiful to look at. (*பொருண்மை சுட்டல்*, Tol. Col.sut. 66)

புறம். 169

நும்படை செல்லுங் காலை

The time when your army went. (*நிலனும் பொருளும்*, Tol.Col. sut. 234)

புறம். 172

அமர் கடக்கும் வேல்

The spear which could bring victory in battle. (*நிலனும் பொருளும்*, Tol.Col.sut. 234)

புறம். 173

Note: In pāṇar kāṇkivaṉ kaṭumpiṉa tiṭumpai. pāṇar undergoes no modification in the vocative case. *(ஆரு மருவும்*, Tol.Col.sut. 138)

புறம். 175

என்னுயிர் யாக்கையிற் பிரியும் பொழுது

When my soul separates itself from the mortal body.

Note: It deserves notice that all the examples under this sūtra were once a phrase or a compound word consisting of a peyar-eccam followed by a noun denoting time or place with the seventh case-suffix dropped. *(பின்முன் கால்கடை*, Tol.Col.sut. 229)

புறம். 176

நல்லியக் கோடனை யுடையை

You have Nalliyakkōṭaṉ *(இரண்டா குவதே ஐயென*, Tol.Col. sut. 71)

புறம். 176

வாழியெற் புணர்ந்த பாலே

Oh my fate! May you prosper! *(புள்ளியு முயிரும்*, Tol.Col.sut. 151)

புறம். 177

பனங்குடை

(பனையு மரையும், Tol.Elu.sut. 284)

புறம். 183

கீழ்ப்பா லொருவன் கற்பின்

மேற்பா லொருவனு மவன்கட் படுமே

If one of the lower caste becomes educated, one of the higher caste serves under him *(ஏழா குவதே கண்ணென*, Tol.Col.sut. 81)

புறம். 183

அவன்கட் படும்

(வல்லெழுத்து முதலிய, தொல்.எழுத்.புணரி. 115)

புறம். 187

எவ்வழி நல்லவர் ஆடவர்

அவ்வழி நல்லை வாழிய நிலனே

Oh earth! May you prosper since you are good because people there are good. *(புள்ளியு முயிரும்*, Tol.Col.sut. 151)

புறம். 190

உரனுடையார் கேண்மையொடு

இயைந்த வைகல் உளவாகியரோ

May the days come when we will have the friendship with men of valour! *(அன்மையி னின்மையின்*, Tol.Col.sut. 214)

புறம். 191

என் மனைவியொடு மக்களூ நிரம்பினர்

My children were filled (with wisdom) along with my wife. *(ஒருவினை யொடுச்சொல்*, Tol.Col.sut. 91)

புறம். 192

பெரியோரை வியத்தலும் இலம்

We have not praised the great. *(காப்பி னொப்பின்*, Toi.Col.sut. 72)

புறம். 192

சிறியோரை இகழ்தல் அதனினும் இலம்

Much less have we despised the low. *(காப்பி னொப்பின்*, Tol.Col. sut. 72)

புறம். 195

பல்சான்றீரே....

Oh men of many qualities.... *(பண்புகொள் பெயரும்*, Tol.Col.sut. 140)

புறம். 198

Note: …….tiṇṭēraṇṇal are used without lengthening the penultimate vowel. (எஞ்சிய விரண்டின், Tol.Col.sut. 144)

புறம். 201

இவர் யார்?

Who are these? *(பொருண்மை சுட்டல்*, Tol.Col.sut. 66)

புறம். 201

யானே தந்தை தோழன்

I am (their) father's friend. *(பொருண்மை சுட்டல்*, Tol.Col.sut. 66)

புறம். 201

Note: There is aḷapeṭai in the vocative puli kaṭi māal in puṟam. 201. *(அயனெடி தாயின்*, Tol.Col.sut. 145)

புறம். 207

Note: Expressions like eḻuviṉi neñcam in puṟam. 207 show that sometimes even akṟiṇai nouns undergo no modification in vocative case.*(புள்ளியு முயிரும்*, Tol.Col.sut. 151)

புறம். 209

நாரை……… அல்கு விசும்பு உகந்து

The crane having flown high to the sky where it resided. *(உகப்பே யுயர்தல்*, Tol.Col.sut. 305)

புறம். 213

மண்டமர் அட்ட மதனுடை நோன்றாள்

Oh king of wonderful effort and strength so as to win in a strong fight. *(அயனெடி தாயின்*, Tol.Col.sut. 145)

புறம். 218

பொன்னும் துகிரு முத்தும்

Gold, corals and pearls. *(பெயரினுந் தொழிலினும்*, Tol.Col.sut. 50)

புறம். 219

ஆற்றுக்கவலை

(ஈரெழுத்து மொழியும், தொல்.எழுத்.குற்றியலுகர. 412)

புறம். 220

அழுங்கல் ஆலை

Piteous stable. *(அவற்றுள் அழுங்கல் இரக்கமும்*, Tol.Col. sut. 350)

புறம். 230

கடும்பசி

Great hunger. *(கடியென் கிளவி*, Tol.Col.sut. 383)

புறம். 233

வைகுறு விடியல் இயம்பிய சொல்லே

The term vaikuṟu viṭiyal is used in ……. Puṟaṉā. 233 to denote 'early dawn'. *(வைகறை விடியல்*, Tol.Akat.Sut. 9)

புறம். 235[13]

எந்தை யாண்டுளன் கொல்?

Where is my lord? *(பொருண்மை சுட்டல்*, Tol.Col.sut. 66)

புறம். 235

சிறியகள் பெறினே எமக்கு ஈயுமன்னே

If he got wine in small quantities, he would give me *(கழிவே யாக்கம்*, Tol.Col.sut. 252)

புறம். 235

ஈயாது வீயும் உயிர் தவப் பலவே

There are very many lives who die without giving anything. *(அவைதாம் உறுதவ நனி*, Tol.Col.sut. 299)

---

13 இப்பாடலடிகள் புறநானூறு135இல் இருப்பதாகத் தவறுதலாக அச்சிடப்பட்டுள்ளது (ப-ர்).

புறம். 237

கள்ளி போகிய களர்

Barren land where the kaḷḷi creeper has grown long. (*வார்தல் போகல்*, Tol.Col.sut. 317)

புறம். 238

நன்றுமற்றகுதியுமதுவே

(*மன்னுஞ் சின்னும்*, Tol.Elu.sut. 334)

புறம். 239

மாக்கடவினன்…

(*வேற்றுமைக் கண்ணும்*, Tol.Elu.sut. 226)

புறம். 245[14]

யாங்குப் பெரிதாயினும்

(*சுட்டுச்சினை நீடிய* Tol.Elu.sut. 428)

புறம். 249

ஆப்பீ (*ஆன்முன் வரூஉம்*, Tol.Elu.sut. 234)

புறம். 251

மள்ளற் கண்டிகும்

kaṇṭikum = kaṇṭēm (*அவற்றுள் இகுமுஞ் சின்னும்*, Tol.Col.sut. 275)

புறம். 255

நடத்திசிற் சிறிதே

(*மியாயிக மோமதி*, Tol.Col.sut. 274)

புறம். 255

நடத்திசிற் சிறிதே

(*மன்னுஞ் சின்னும்*, Tol.Elu.sut. 334)

---

14 *புறம் 425 என்று தவறுதலாகப் பதிப்பில் அச்சிடப்பட்டுள்ளது (ப-ர்).*

புறம். 258

ஆ தரக் கழுமிய துகளன்

He who was in dust creating bewilderment while he carried away cattle. *(கழுமென் கிளவி*, Tol.Col.sut. 351)

புறம். 259

ஆன்மேல்

(ஆன்முன் வரூஉம், Tol.Elu.sut.*)*

புறம். 262

தன்னினும் பெருஞ்சாயலர்

They are much weaker than he. *(சாயன் மென்மை*, Tol.Col. sut. 325)

புறம். 264

நெடுந்தகை கழிந்தமை யறியாது

இன்றும் வருங்கொல் பாணரது கடும்பே

I doubt that pāṇars and their followers may come even today without knowing the demise of the lord. *(கொல்லே ஐயம்*, Tol.Col. sut. 268)

புறம். 282

அருங்கடன் இறுமார் வயவர் எறிய

The strong soldiers to attack (the enemy's army) to do their severe duty. *(மாரைக் கிளவியும்*, Tol.Col.sut. 207)

புறம். 291[15]

சிறாஅர்……

Oh young men… *(அளபெடைப் பெயரே*, Tol.Col.sut. 141)

---

15 *இப்பாடலடி புறநானூறு 29இல் இருப்பதாகத் தவறுதலாக அச்சிடப் பட்டுள்ளது (ப-ர்).*

புறம். 303

எள்ளுநர்ச் செகுக்குங் காளை

The great warrior who can destroy his enemies. (*திணையொடு பழகிய*, Tol.Col.sut. 197)

புறம். 308

வேந்து எறிந்த வேலே[16]

The spear which shattered the enemy. (*நிலனும் பொருளும்*, Tol. Col.sut. 234)

புறம். 327

ஒக்கல் ஒற்கஞ் சொலிய

To drive off the poverty of relatives. (*இலம்பா டொற்கம்*, Tol. Col.sut. 360)

புறம். 335

துடியன் பாணன் பறையன் கடம்பனென்று

இந்நான் கல்லது குடியு மில்லை

Here the aḵriṇai noun nāṉku refers to uyartiṇai nouns tuṭiyaṉ, pāṇaṉ, paṟaiyaṉ and kaṭampaṉ each of which refers to a low caste among Dravidians of Ancient India. Cēṉāvaraiyar is of opinion that Iḷampūraṉar's example is not happy, since the aḵriṇai word nāṉku was used in consideration of the aḵriṇai noun kuṭi which follows it. (*பலவயி னானு*, Tol.Col.sut. 51)

புறம். 341

பூக்கோள்

(*பூவெ னொருபெயர்*, Tol.Elu.sut. 269)

புறம். 341

பூந்தொடலை

(*பூவெ னொருபெயர்*, Tol.Elu.sut. 269)

---

16 இவ்வடி 'வேந்து...... எறிந்த' என்று வந்திருக்க வேண்டும் (ப-ர்).

புறம். 345

அளியர் தாமே இவடன்னைமாரே

Mothers of this lady deserve to be pitied. (*தாமென் கிளவி*, Tol. Col.sut. 184)

புறம். 356

ஈமவிளக்கு

(*வேற்றுமை யாயின்*, Tol.Elu.sut. 330)

புறம். 361

பொலங்கலத் தேந்தி

(*பொன்னென் கிளவி*, Tol.Elu.sut. 357)

புறம். 361

பொலந்தாமரைப் பூம்பாணரொடு

(*பொன்னென் கிளவி*, Tol.Elu.sut. 357)

புறம். 367

முத்தீப்புரைய

(*வேற்றுமைக் கண்ணும்*, Tol.Elu.sut. 253)

புறம். 370

பிற்பட

(*மன்னுஞ் சின்னும்*, Tol.Elu.sut. 334)

புறம். 371[17]

களிற்றுக்கோடு

(*ஈரெழுத்து மொழியும்*, Tol.Elu.sut. 412)

---

[17] இப்பாடலடி புறநானூறு 171ஆம் பாடலில் உள்ளதென்று தவறுதலாகக் குறிக்கப்பெற்றுள்ளது (ப-ர்).

புறம். 374

ஞாயிறுகொன் விளங்குதியால் விசும்பினானே

Oh sun, what is the use of your shining in the sky? (*அச்சம் பயமிலி*, Tol.Col.sut. 254)

புறம். 374

மாக்கிணை........ இசைஇ

The big drum having sounded. (*இசைப்பிசை யாகும்*, Tol.Col. sut. 309)

புறம். 376

இரப்பச் சிந்தியேன்

Cintiyēṉ is from the Skt. Root cint.(*இயற்சொற் றிரிசொற்*, Tol. Col.sut. 397)

புறம். 377

ஆங்கு நின்ற வெற்காணூ

Having seen me who stood there. (*செய்து செய்யூ*, Tol.Col.sut. 228)

புறம். 381

ஊனுமூனும்

(*ஊவெ னொருபெயர்*, (*அடிக்குறிப்பு*) Tol.Elu.sut. 270)

புறம். 382

விடுமதி யத்தை கடுமான் றோன்றல்

(*மியாயிக மோமதி*, Tol.Col.sut. 274)

புறம். 386

ஆன்பயம்

(*மாமரக் கிளவியும்*, Tol.Elu.sut. 232)

பின்னிணைப்பு I

History of Grammatical Theories

History of Grammatical Theories in Tamil and their relation to the Grammatical literature in Sanskrit, P.S. Subrahmanya Sastri, Chennai: The Kuppusami Sastri Research Institute, reprint, 1997. p. 12 – 17.

1.22. secondary sounds:

1.221. Definition:- Secondary sounds are those which depend for their pronunciation upon preceding or succeeding consonants. This is evident from Tolkāppiyaṉār's statement, 'cārntu variṉ allatu tamakku iyalpila' in Tol. E. 101.

But Naṉṉūlār does not seem to have understood the full significance of this definition of Tolkāppiyaṉār. He seems to have mistaken kuṟrial-ikaram and kuṟriyal-ukaram for 'i' and 'u' shortened to half a mātrā each. According to Tolkāppiyaṉār the places of production of kuṟriyalikaram and kuṟriyalukaram are not always the same as those for 'i' and 'u', but change according to the preceding consonant.

Mayilainātar says that cārpeḻuttu is that which is other than mutal-eḻuttu and which is used along with another sound. An old commentator on Naṉṉūl says that cārpeḻuttu is one which has undergone modification by one part of it combining with another part or by being preceded or succeeded by another sound.

The author of Ilakkaṇa_viḷakkam agrees with Mayilainātar.

Caṅkara-namaccivāyar says that cārpel̲uttu is that which is used only in combination as vowel-consonant, which comes in company of mutal-el̲uttu as āytam or mutal-el̲uttu modified as the rest. He adds that it may also be defined as a sound found only in words.

Civañān̲a-mun̲ivar on the other hand, agrees with Tolkāppiyan̲ār and elaborately criticises in his Tolkāppiya-mutar̲cūttira virutti, the definition given by the commentators of Nan̲n̲ūl and the author of Ilakkaṇa-viḷakkam.

1.222. Number of secondary sounds: - The secondary sounds are, in the opinion of Tolkāppiyan̲ār, three in number consisting of kur̲r̲iyal-ikaram (roughly translated as shortened 'i'), kur̲r̲iyal-ukaram (roughly translated as shortened 'u') and āytam, and each of them has half a mātrā for its quantity. Iḷampūraṇar mentions under Tol.E.1, that they are 226 in number consisting of kur̲r̲iyal-ikaram, kur̲r̲iyal-ukaram and āytam, 7 uyir-aḷapeṭai and 216 vowel-consonants. According to the author of Vīracōl̲iyam they are 11 in number consisting of 7 aḷapeṭai (one corresponding to each of 7 long vowels), kur̲r̲iyal-ikaram, kur̲r̲iyal-ukaram and shortened 'ai' and shortened 'au'. The author of Nēmin̲ātam mentions both in his text and commentary 244 secondary sounds consisting of 7 uyir-aḷapeṭai, kur̲r̲iyal-ikaram, kur̲r̲iyal-ukaram, shortened 'ai', shortened 'au', 216 vowel-consonants (ka, kā, ki etc.), 6 shortened voiceless consonants, 6 nasals and the shortened 'y', 'l', 'v', 'ḷ' and ஃ.

Nan̲n̲ūlār mentions 369 secondary sounds consisting of 216 vowel-consonants, 8 mur̲r̲āytam, 21 uyir-aḷapeṭai, 42 or̲r̲aḷapeṭai, 37 kur̲r̲iyal-ikaram, 36 kur̲r̲iyal-ukaram, 3 shortened 'ai', 1 shortened 'au', 3 shortened 'm' and 2 shortened āytam. He explains them thus:- since there are 12 vowels and 18 consonants, the number of vowel-consonants is 18x12=216.

Since there are 6 voiceless consonants which can follow āytam, since āytam is substituted in sandhi for consonants as in av+kaṭiya=ao%kaṭiya and since it is inserted in certain words for the sake of metre as in ceyvao%tu (for ceyvatu), the number of mur̲r̲āytam is 6+2=8. Since aḷapeṭai can come at the beginning, the middle and the end of words and since there are seven long vowels, the number of uyir-aḷapeṭai is 7x3=21.

Since the 11 sounds ṅ,ñ,ṇ,n,m,n̲,y,l,v,ḷ and o% can come as or̲r̲aḷapeṭai after one short vowel or two short vowels, in the middle of words in the case of all and at the end in the case of all except o%, the number of or̲r̲aḷapeṭai is 11x4-2=42. Since kur̲riyal-ikaram takes the place of kur̲r̲iyal-ukaram when the latter is followed by 'y' in sandhi and there are 36 kur̲r̲iyal-ukaram and the 'i' in the particle 'miyā' in such words as kēṇmiyā is kur̲r̲iyal-ikaram, its number is 36+1=37. Since kur̲r̲iyal-ukaram may be preceded by one of the 7 long vowels alone, two or more vowels except 'au' (which are therefore 11 in number), āytam, 6 voiceless consonants, 6 nasal and all semi-vowels 'v'(which are therefore 5 in number), its number is 7+11+1+6+6+5=36. Since aikāra-k-kur̲ukkam may be found at the beginning, the middle and the end of words, its number is 3. Since aukāra-k-kur̲ukkam can be had only at the beginning of words, its number is only 1. Since makara-k- kur̲ukkam can be had after ṇ and n̲ and before v, as in maruṇm, pōn̲m, tarum-vaḷavan̲, its number is 3. Since āytam may be substituted for l or ḷ in sandhi, as in al+tiṇai=ao%r̲iṇai and muḷ+tītu=muo%ṭītu and its mātrā is ¼ (according to him), the number of āyta-k-kur̲ukkam is 2.

Naccin̲ārkkiniyar repeats under Tol.E.1 the opinion of Iḷampūraṇar.

The author of Ilakkaṇa-viḷakkam mentions that the secondary sounds are 240 in number consisting of kur̲r̲iyal-ikaram, kur̲r̲iyal-ukaram, āytam, 216 uyirmey, 7 uyirāḷapeṭai, 11 or̲r̲aḷapeṭai, shortened 'ai' and shortened 'au' and makara-k-kuṟukkam and condemns Naṉṉūlār and says that āytam never reduces itself ¼ of a mātrā and that other sounds like uyir-aḷapeṭai, etc., excet uyir-mey remain the same, whether they stand at the beginning, the middle or the end of words and that therefore the number 369 mentioned by Naṉṉūlār cannot stand.

Civañāṉa-muṉivar, on the other hand, says that there is no purpose served by taking uyirmey as cārpeḻuttu, that uyiraḷa-peṭai is only a short vowel added to the previous long vowel to lengthen its mātrā, that oṟṟaḷapeṭai is only a consonant that is added for the sake of lengthening the mātrā, and shortened 'ai' shortened 'au' and makara-k-kuṟukkam are produced at the same part of the vocal organs as 'ai', 'au' and 'm' respectively, but vary only in their quantity. Besides one cannot say that kuṟṟiyal-ikaram and kuṟṟiyal-ukaram are shortened 'i' and shortened 'u' in the same way as shortened 'ai' and shortened 'au'. For, had it been the opinion of Tolkāppiyaṉār, he would have designated them as kuṟṟikaram and kuṟṟukaram and not as kuṟṟiyal-ikaram and kuṟṟiyal-ukaram, and would not have indicated a separate symbol for them as he now does in Tol.E.2.

I totally agree with Civañāṉa-muṉivar. I may add that the definition given to cārpeḻuttu by the commentators on Naṉṉūl to include vowel-consonants does not at all hold good. (Cf. 1.221. supra). They say 'tammoṭu tām cārntu'. In the vowel-consonant 'ka', we may say that 'k' is in the company of 'a' or 'a' is in the company of 'k'. Hence either of the two may be said to be cārpeḻuttu with respect to the other. How can the whole be called cārpeḻuttu? Besided it may be noted here that in many places the sounds 'ka', 'ca', 'ṭa', etc., are used to represent only the consonantal sound 'k', 'c', 'ṭ' etc., to enable the hearer to understand what consonant is pronounced and Tolkāppiyaṉār himself says so in the sūtra Meyyi ṉ-iyakkam-akaramoṭu civaṇum. E. 46. He has also used the sumbols 'ka' (க), 'ca' (ச),

etc., to represent 'k' (க்), 'c' (ச்) etc.; besides for the purpose of representing the sounds 'kā', 'ki', 'kī', etc., the symbols denoting 'ā', 'i', 'ī' etc., are added to the symbol denoting 'ka' and not to the symbol denoting 'k'. These three points, it seems to me, may have led the author of Nēminātam, Nannūlār and others to mistake uyirmey for a unitary sound. As regards aḷapeṭai and shortened 'ai', Tolkāppiyaṉār himself has mentioned them in the sūtras,

Mūvaḷap – icaittal – ōr- eḻut t- iṉṟē (Tol.E.5)

Nīṭṭam vēṇṭi ṉa-v-v- aḷa pūṭaiya

Kūṭṭi y-eḻūuta l-eṉmaṉār pulavar (ibid.6)

And

Ōraḷa pāku miṭaṉumā ruṇṭē

tēruṅ kālai moḻivayi ṉāṉa (ibid 57)

But has not included them among secondary sounds.

1.223. Classification of secondary sounds: The secondary sounds are not classified by Tolkāppiyaṉār either as vowels or as consonants, or as neither. But according to Naṉṉūlār and the later grammarians except Civañāṉa–muṉivar they may be classified into vowel secondary sounds, consonant secondary sounds and secondary sounds that are neither. This point will be dealt with at greater length in 1.348,1.3481,1.3483,1.3484, 1.47&1.5.

பின்னிணைப்பு II

புறநானூற்றின் பழமை*

P.S. சுப்பிரமணியசாஸ்திரி.

சென்னை ஸர்வகலாசாலையாரால் வெளியிடப்பட்டதும், மகா-ள-ள-ஸ்ரீ கே.என். சிவராஜபிள்ளை பி.ஏ, அவர்களால் எழுதப்பட்டதுமான 'உந்து என்னும் இடைச்சொற் பிரயோகம் அல்லது புறநானூற்றின் பழைமை' என்ற நூலுள் புறநானூற்றின் சில பகுதிகள் தொல்காப்பியர் காலத்துக்கு முற்பட்டன என்று முடிவு கூறப்பட்டுளது. அதற்குச் சிறந்த காரணங்கள் மூன்றாகும்:- *(1)* 'அது *(உந்து)* நிகழ்காலத்தைக் குறிக்குமென்று தமிழிலக்கண நூலார் எங்கேனும் எடுத்துக் கூறினாரல்லர்' *(பக். 38)* என்பது ஒன்று; *(2)* 'உம் என்னும் இடைச்சொற்பொருளை எட்டெனப் பாகுபாடு செய்துரைத்த தொல்காப்பியர் ஒரு வினைச்சொல்லின் ஈற்றில் நிற்கும் 'உம்' விகுதியாய இடைச்சொல்லின் பொருளைச் சுட்டிப்போந்தாரல்லரென்பது தெளிவே' *(பக்.21)* என்பது இரண்டாவது. *(3)* 'தமிழுக்குப் பண்டை இலக்கணவாசிரியராய தொல்காப்பியனாரோ உந்தீற்றுப்பெயரெச்சத்திற்கெனக் கருதத் தக்க சூத்திரம் ஒன்றியற்றினாரேயன்றி, உந்தீற்று வினைமுற்றுக் களைப் பற்றித் தமது நூலில் யாண்டும் யாதுங் கூறிற்றிலர்' *(பக்.20)* என்பது மூன்றாவது.

'உம்முந் தாகு மிடனுமா ருண்டே' *(தொல்.சொல்.இடை. 44)* என்ற சூத்திரத்தையும், 'பல்லோர் படர்க்கை முன்னிலை தன்மை – யவ்வயின் மூன்று நிகழுங் காலத்துச் – செய்யு மென்னுங் கிளவியொடு கொள்ளா' *(தொல்.சொல்.வினை. 30)* என்ற

* செந்தமிழ், தொகுதி *28:* பகுதி *4*, February - March 1930, பக். *146-148.*

சூத்திரத்தையும் நோக்கின் தொல்காப்பியர் வெளிப்படையாகவே உம்மீற்றுச்சொல் நிகழ்காலத்தில் முற்றாகவருமென்றும், அஃது ஒரோவிடத்தில் 'உந்து' ஆக மாறும் என்றும் கூறினராவர் என்பது விளங்கும்; ஆதலின் உந்து நிகழ்காலத்தைக் குறிக்குமென்று தமிழிலக்கண நூலார் எங்கேனும் எடுத்துக் கூறினாரல்லர் என்று கூறுவது நேரிதன்று.

'உம்' என்னும் இடைச்சொற்பொருளை எட்டெனப் பாகுபாடு செய்த ஆசிரியர் வினைமுற்றுப்பொருளைக் கூறவில்லை யென்ற இரண்டாவது காரணமும் நேரிதன்று; ஏனெனில் உம்மின் வினைமுற்றுப் பொருளை இடையியலிற் கூறாதுபோயினும், வினையியலுள் 'பல்லோர் படர்க்கை முன்னிலை தன்மை – யவ்வயின் மூன்று நிகழுங் காலத்துச் – செய்யு மென்னும் கிளவியொடு கொள்ளா' என்ற சூத்திரத்தில் வெளிப்படையாகவே நிகழ்காலத்தில் படர்க்கை ஆண்பால், படர்க்கைப் பெண்பால், படர்க்கை யொன்றன்பால், படர்க்கைப் பலவின்பால் என்ற பொருள்களில் உம்மீற்று வினைமுற்று வரும் என்று ஆசிரியர் தொல்காப்பியனார் கூறியது காண்க. 'எச்சஞ் சிறப்பே யைய மெதிர்மறை – முற்றே யெண்ணே தெரிநிலை யாக்கமென் – றப்பா லெட்டே யும்மைச் சொல்லே' (தொல்.சொல்.இடை. 7) என்ற இடையியற் சூத்திரத்தில் உம்மையின் வினைமுற்றுப் பொருளை ஆசிரியர் ஏன் கூறவில்லையெனின், 'அவைதாம் – புணரிய னிலையிடைப் பொருணிலைக் குதநவும் – வினைசெயன் மருங்கிற் காலமொடு வருநவும் – வேற்றுமைப் பொருள்வயி னுருபா குநவு – மசைநிலைக் கிளவி யாகி வருநவு – மிசைநிறைக் கிளவி யாகி வருநவுந் – தத்தங் குறிப்பிற் பொருள் செய்குநவு – மொப்பில் வழியாற் பொருள்செய் குநவுமென் – றப்பண் பினவே நுவலுங் காலை' (தொல்.சொல்.இடை. 2) என்ற சூத்திரத்திற் கூறப்பட்ட எழுவகை இடைச்சொற்களிற் சாரியைகளைப்பற்றி எழுத்ததிகாரத்திலும், வினை விகுதிகளைப்பற்றி வினையியலிலும், வேற்றுமையுருபுகளைப்பற்றி வேற்றுமையியல், வேற்றுமை மயங்கியல் இவ்விரண்டிலும் கூறப்பட்டமையின் ஏனைய நால் வகையான இடைச்சொற்களின் பொருளைமாத்திரம் இடை யியலிற் கூறினர் என அறிக. இஃது 'இடைச்சொ லேழனுள்ளும்

முதனின்ற மூன்றும் மேலே யுணர்த்தப்பட்டமையான் முன் வைத்தார்' என்ற சேனாவரையர் வாக்கியத்தாலும் விளங்கும். 'எச்சஞ் சிறப்பே...' (தொல்.சொல்.இடை. 7) என்ற சூத்திரத்தில் தத்தங்குறிப்பாற் பொருள்செய்யும் உம்மையின்பொருளைக் கூறினர் என்பது வெளிப்படை.

'உம்முந் தாகு மிடனுமா றுண்டே' (தொல்.சொல்.இடை.44) என்ற சூத்திரம் பெயரெச்சமாகிய செய்யும் என்ற வாய் பாட்டவாகிய சொற்களையே உணர்த்திற்று என்று ஆசிரியர் தொல்காப்பியனாருங் கூறிற்றிலர்; உரையாசிரியருங் கூறிற்றிலர். அவ்வாறு ஆசிரியர்க்குக் கருத்தாயின் பெயரெச்சத்திற்கேயுரிய ஈறாகிய உம்மின் உகரம் தானேறிய மெய்யுடன் கெடுமென்று விதிக்கும் 'அவற்றுள் – செய்யு மென்னும் பெயரெஞ்சு கிளவிக்கு – மெய்யொடுங் கெடுமே யீற்றுமிசை யுகர – மவ்விட னறித லென்மனார் புலவர்' (தொல்.சொல்.வினை.41) என்ற சூத்திரத்தின் பின்னர் இச்சூத்திரத்தையுங் கூறியிருப்பர். 'அன்றியும், உரை யாசிரியர் இச்சூத்திரத்திற்கு உதாரணமாக முற்றுவினை கொண்ட 'நீர்க்கோழி கூஉப்பெயர்க்குந்து' (புறநா. 395) என்பதனையே உதாரணமாகக் காட்டினர். இதனையே சேனாவரையரும், நச்சி னார்க்கினியரும் காட்டுவதுடன் மற்றோர் உதாரணத்தையுங் காட் டினர். அம்மூவரும் அவ்வுதாரணத்துள்ள 'கூஉப்பெயர்க்குந்து' என்பது முற்றுவினையென்று அறியாதவர்கள் என்று கூறுவது இயலாததாகும். அவ்வாறாயின் 'இடனு மாருண்டே யென்றது, இத்திரிபு பெயரெச்சதிற் கீறாயவழி யென்பது கருதிப்போலும்' என்று சேனாவரையத்திலும், 'இடனு மாருண்டே என்றத னான் இத்திரிபு பெயரெச்சத்திற்கே கொள்க' என்று நச்சினார்க் கினியத்திலும் உள்ள வாக்கியங்கள் எவ்வாறு பொருந்துமெனின், அவை நன்னூல்படித்த ஒருவரால் ஏட்டிற் பின்னர்ச் சேர்க்கப் பட்டிருத்தல்வேண்டும். அவ்வாறு வேறெங்கேலும் சேர்க்கப் பட்டுளவோ எனின், பல இடங்களில் உள்ளன என்பது இப்போது வெளிவந்துள்ள தொல்காப்பியச் சொல்லதிகாரக் குறிப்பில் காரணங்களுடன் என்னாற் கூறப்பட்டது காண்க.

ஆதலின் புறநானூற்றின் ஒருபகுதியின் பழைமைக்கு என் நண்பர் வேறு சிறப்புக் காரணங்கள் கண்டு கூறுவாராக.

பின்னிணைப்பு III

உந்தீற்று வினைச்சொல்*

கல்யாணசுந்தரன்

செந்தமிழ்ப் பத்திரிகை (XXVIII. VI) 28ம் தொகுதியின் 4வது பகுதியில் சென்னை: தமிழகராதிச்சாலை உதவிப்பதிப்பாசிரியர் திரு.பி.சா. சுப்பிரமணிய சாஸ்திரியார் அவர்கள் தொல்காப்பியச் சூத்திரமொன்றினைக் குறித்து எழுதிய நூதனவாராய்ச்சியைப் பலருங் கண்ணுற்றிருக்கலாம். அவ்வாராய்ச்சியின் வன்மை மென்மைகளை விசாரணைசெய்து உண்மைகாணுதல் பயன்தரலா மென்பது கருதி இஃது எழுதப்படுகிறது.

சாஸ்திரியாருடைய ஆராய்ச்சி சென்னைச் சர்வகலாசங்கத்துத் 'தமிழ் ரீடர்' திரு.சிவராஜபிள்ளையவர்கள் இயற்றிய 'உந்து என்னும் இடைச்சொற் பிரயோகம் அல்லது புறநானூற்றின் பழைமை' என்னும் நூலின் முடிபைக் கண்டித்தற்பொருட்டு எழுந்ததாகும். 'உந்து' என்பது புறநானூற்றுச் செய்யுட்கள் சில வற்றில் வினைமுற்று விகுதியாய் வந்துள்ளதென்பதும், திரவிட மொழிச்சரிதப்போக்கானும் அது வினைமுற்றுவிகுதியாகவே துணியப்படுமென்பதும், ஆசிரியர் தொல்காப்பியனார் உந்தீற்றுச் சொற்களைப் பெயரெச்சமெனக் கொண்டுள்ளாரென்பதும், இவ் வாறு கொண்டதன் காரணம் உந்தீற்றுச்சொற்கள் வழக்காறற்றுப் போயின பிற்பட்டகாலத்தே தொல்காப்பியம் தோன்றினமையான் அச்சொற்களின் உண்மைநிலை அறிந்துகோடற்கரிதாய் முடிந்த மையே யென்பதும், அந்த ஏதுப்பற்றி உந்தீறு பயின்றுவரும் புறநானூற்றுச் செய்யுட்கள் தொல்காப்பியத்திற்கு மிக முற்பட்ட

* செந்தமிழ், தொகுதி 28: பகுதி 9, July - August 1930, பக். 381-387.

காலத்தவாமென்பதும், திரு பிள்ளையவர்கள் கருத்து. இதனை மறுத்துத் தொல்காப்பியத்தின்கண்ணுள்ள உந்தீற்றுச் சூத்திரம் வினைமுற்றினையும் குறிப்பதாகுமெனச் சாஸ்திரியர் வாதிக் கின்றனர். யான் இங்கே ஆராயப்புகுந்தது புறநானூற்றின் பழைமையைப் பற்றியன்று, தருக்க விஷயமாயமைந்த தொல் காப்பியச் சூத்திரத்தின் பொருள் யாது என்பது பற்றியேயாம்.

'உம்முந் தாகு மிடனுமா ருண்டே' என்பது தொல்காப்பியச் சூத்திரம். இச் சூத்திரத்திற்கு ஆசிரியர் கருதிய பொருள் யாதென ஆராய்ந்து அறுதியிடுவதன்முன்னர், தொல்காப்பியப் பெருநூலுக்கு உரைவகுத்த நுண்ணறிவாளர்கள் எவ்வாறு இது பொருள்படுமெனக் கொண்டார்களென்பதை முதற்கண் விசாரிப் போம். உரையாசிரியரெனச் சிறப்பித்துக் கூறப்படும் இளம்பூரணர் 'எச்சஞ்சிறப்பே' என்னுஞ் சூத்திரத்தாற் பெறப்படும் எண்வகை யும்மைகளுள் இஃது ஒன்றாகாது. வினைசெய்மருங்கிற் கால மொடு வந்தது எனக் கூறி, 'நீர்க்கோழி கூப்பெயர்க்குந்து' என வோருதாரணமும் தந்துபோயினர். உதாரணமும் சூத்திர விவரணமும் ஒரு நெறியினவாதல்வேண்டுமாகலின், 'வினைசெய் மருங்கிற் காலமொடு வந்தது' என வுரையாசிரியர் கூறியது பெயரெச்சத்தினை நோக்கியதோ பிறிதொன்றினை நோக்கியதோ வென்பது அவ்வுதாரணத்தின் பொருளாற் பெறப்படவேண்டும். உதாரணத்திற் பயின்றுவரும் 'பெயர்க்குந்து' என்பதனைப் பண்டையாசிரியர்கள் எவ்வாறு பொருள்கொண்டனர்? தொல் காப்பியச் சொல்லதிகாரத்திற்கு உரையிட்ட சேனாவரையர், நச்சினார்க்கினியர் முதலினோர் கருத்து ஈண்டு எடுத்துக்காட்டும் இயைபுடையதேயாயினும், அன்னோர் கருத்துக்களை விலக்கிப் பிற ஆசிரியன்மார் கூறியுள்ளனவற்றையே முதலில் நோக்குவோம். மயிலைநாதர் என்ற ஜைன வையாகரணர் இச்சொல்லினைப் பெயரெச்சத்திற்கு உதாரணமாகக் காட்டினர் (நன்னூல் 349 மயிலை). நன்னூலாரோடொத்த பெருமையுடையவரும், அவரது கொள்கைளோடு தங்கொள்கைகள் பலவிடத்தும் மாறுபடுதல் கருதித் தனி யிலக்கண நூல்செய்தவரும், தொன்னூல் களனைத்தையும் நன்கு கற்றுப் புலமை நிரம்பியவருமாகிய வைத்தியநாத தேசிகர், 'குட்டித் தொல்காப்பயிம்' என்றழைக்

கப்பெறும் தமது இலக்கண விளக்கவுரையின்கண் இச்சொல் லினைப் பெயரெச்சமாகவே கொண்டனர். (இலக்.விளக். 244.உரை). சங்கரநமச்சிவாயரும் ‘கூப்பெயர்க்குந்து’ என்ப தனைப் பெயரெச்சமாகவே கொண்டுள்ளமை அவரது விருத்தி யுரையால் உணரலாகும். இங்ஙனமாகத் தமிழுக்கு வரம் பெனக் கூறத்தகும் ஆசிரியர் பலரும் ‘நீர்க்கோழி கூப்பெயர்க் குந்து’ என்பதன்கண்ணுள்ள பெயர்க்குந்து என்பதனைப் பெய ரெச்சமென்றே ஒருமுகமாகக் கூறுகின்றனர். எனவே இப்புற நானூற்றுத்தொடர் எவ்வாறு பொருள் கொள்ளப்பட்டதென்பது இவ்விலக்கணங்கொண்டு தெளியலாகும். இளம்பூரணவடிகளும் கற்றறிந்தோர்க்கெல்லாம் அங்கீகாரமாயிருந்த இப்பொருளையே கொண்டு உதாரணந்தந்தவரென்று கோடலே நேரிதாம். பிற வாறு கொள்ளுதலும் கூடுமென்னும் ஐயப்பாடு அவர்க்குத் தோன்றாமையானே, உதாரணமட்டுந்தந்து அதன்றன்மையை விளக்காதுபோயினரென்று நாம் கருதுதலே உரையாசிரியரது தகுதியோடு பொருந்துவதாம். இங்ஙனமாகவும் முற்றுவினை கொண்ட ‘நீர்க்கோழி கூப்பெயர்க்குந்து’ என்பதனை உதாரணமாய்க் காட்டினரென்று சாஸ்திரியார் கூறுவது எவ்வாறு பொருந்தும்!

இனி, மற்றையுரைகாரர்களுள் தெய்வச்சிலையாருடைய உரையை நோக்குவோம். இவர் சூத்திரத்தின் முன்பின்னியைபு தோன்ற உரைவகுத்துள்ளா ரென்பது ‘எண்ணும்மை அதிகாரப் பட்டுவருதலான், இவ்வாறு (உம் உந்தாகத்திரிந்து) வருவது ஓர்பொருண்மேல் உம்மை யடுக்கியவழியென்று கொள்க’ என்றெழுதிச்செல்வதால் விளங்கும். பெயரெச்சவீறு என்ற கொள்கையினையே இவருங் கொண்டுள்ளாரென்பதில் ஐயமே யில்லை. ‘ஓர்பொருண்மேல் உம்மையடுக்கியவழி’ என்ற வாக்கியப் பகுதி பெயரெச்சத்தினையே அவர் கருதினாரென்பதைத் தெளிவிக்கின்றது. அன்றியும், இவர் காட்டிய ‘நெல்லரியு மிருந்தொழுவர்’ என்னும் புறப்பாட்டு (24) மூன்று தமிழாசிரி யர்களாற் பொருள்விளக்கஞ் செய்யப்பட்டுள்ளது. புற நானூற்றுரைகாரர் உந்தீற்றுச்சொற்களை எச்சமாகவேகொண்டு பொருள்விரித்தனர். சேனாவரையர் “‘பாயுந்து’ எனவும் ‘தூங்குந்து’ எனவும் ‘… …தரூஉந்து’ எனவும், ‘… …பாயும்’ எனவும்

செய்யுமென்னும் பெயரெச்சமடுக்கி ..... மிழலை என்னும் பொருள்கொண்டு முடிந்தவாறு கண்டுகொள்க" என்று தமது சொல்லதிகார வுரையிற் (சூத். 233) கூறுகின்றார். இங்ஙனமே நச்சினார்க்கினியரும் 'பன்முறையானும் வினையெஞ்சு கிளவி' என்று சூத்திரவுரையில் எழுதியிருக்கின்றார். இம்மூவரது கருத்தோடு பொருந்தவே ஒரு பொருண்மேல் உம்மை அடுக்கி வந்ததென்று மேலே கூறப்பட்டது. ஆகவே தெய்வச் சிலையாரது உரையின்படி இச்சூத்திரம் பெயரெச்சத்திற்கே ஏற்புடையதென்பது கரதலாமலகமாம்.

இதுகாறும் தாம் தந்துள உதாரணங்களாலும் பிறகுறிப்புக் களாலும் 'உம் முந்தாகும்' என்ற சூத்திரம் பெயரெச்சத்தினை நோக்கிற்றே என்பது போதரவைத்த உரைகாரர் இருவர் கருத்தையும் விசாரணையிற்றெளிந்தோம். இனி ஆராயப்புகும் உரையிரண் டினும் அவற்றின் ஆசிரியர்கள் மிகத்தெளிவாக வியக்தவாசகத் தாற் பெயரெச்சத்திற்கே இச்சூத்திரம் பொருந்துவது எனக் கூறியுள்ளார்கள். இவருள்ளே சேனாவரையர் 'இடனுமாருண்டே யென்றது இத்திரிபு பெயரெச்சத்திற் கீறாயவழியென்பது கருதிப் போலும்' என்று வரைந்தனர். நச்சினார்க்கினியர் 'இடனு மாருண்டே யென்றது இத்திரிபு பெயரெச்சத்திற்கே கொள்க' என்று ஒருமுடிபாகக் கூறுகின்றனர். இவ்வாக்கியங்களாற் சூத்தி ரத்தின் ஆணை செல்லுமிடமும் உதாரணத்தின் இயல்பும் மிகத் தெளிவாக விளங்குகின்றன. இவ்விரு வாக்கியங்களையும் சாஸ் திரியார் 'இடைச்செருகல்' என்று கூறத்தலைப்பட்டனர். தமது கூற்றுக்கு இரண்டு அரிய காரணங்கள் தருகின்றார்கள். சேனா வரையரும் நச்சினார்க்கினியரும் 'கூப்பெயர்க்குந்து' என்பதனை முற்றுவினையென அறியாதவர்களல்லரென்பது ஒரு காரணம். இவர்கள் இவ்வுதாரணத்தினை முற்றுவினையெனக் கொண்டார் களென்பது சாஸ்திரியாரவர்களுக்கு எவ்வாறு தெரிந்ததோ அறியக் கூடவில்லை. அவர்களும் விளக்கினார்களில்லை. இவ்வுதாரணத் தினை யெடுத்து வியவகரிக்க முன்வந்த பேரறிவாளரனைவரும் பெயரெச்சமென்றே இதனைக் கொண்டுள்ளாரென்பது முன் காட்டப்பட்டது.

சாஸ்திரியாரவர்கள் தமது தமிழுணர்ச்சிகொண்டு வினைமுற்றே யெனக் கூறத்துணிவார்களானால் தமிழுணர்ச்சிநிரம்பிய சேனா

வரையர் முதலியோர் அவ்வாறு கொண்டிலரென்பதே முடிபாகும். இவ்வகையான அபசாரங்களைப் பெரியோர்பால் ஏற்றுதல் தகா தெனச் சாஸ்திரியாரவர்களுக்கு உணர்த்துவது தமிழுணர்ந்தோர் கடமையாகும். சாஸ்திரியார் கூறும் பிறிதொருகாரணம் மிகவும் புதுமைவாய்ந்தது. அவர் வெளியிட்டிருக்கும் தொல்காப்பியச் சொல்லதிகாரக்குறிப்பிலே சேனாவரையர் முதலியோர் உரையிற் பலவிடங்களில் இடைச்செருகல்களுளவாகக் காரணங்களுடன் கூறியிருக்கின்றார்களாம்! அதனால் ஈண்டும் இடைச்செருகல் ஏற்பட்டிருத்தல்வேண்டுமாம்! சாஸ்திரியாரது தருக்கமுறை சாலவும் அழகிது! 'சேனாவரையர் முதலினோர் உரையில் ஓர் இடைச்செருகலுள்ளதாகச் செந்தமிழில் எழுதியிருக்கின்றேன். ஆதலால் என் புத்தகத்தே காட்டியபடி இடைச்செருகல்கள் பல அவ்வுரையில் உண்மையில் உள்ளன' என வாதிக்க முன்வருவார்கள் போலும்! இடைச்செருகலென்பது இலக்கணவுரை நூல்களில் அருகிக்காணப்படுவதொன்றாகும். இடைச்செருகலென ஒன்றைக் கொள்வதன் முன்னம் நாம் திருப்திகரமாய் விடையளித்துக் கொள்ளவேண்டும் வினாக்களும் பலதிறத்தவாம். ஓரிடத்தில் இடைச்செருகலுள்ளதென்று நிரூபிக்கப்படுமாயின் அக்காரணத் தாற் பிறிதோரிடத்தும் இடைச்செருகலுளதாதல் பெறப்படாதாம். இடைச்செருகலெனக்கொள்ளும் ஒவ்வொன்றும் தனித்தனியே முன்பி னியைபுநோக்கியும், ஆசிரியர் கருத்துநோக்கியும், ஆராயப் படவேண்டுவதாகும். இம்முறையிற் சென்று ஆராயாது தமது மனம்போனபடி இடைச்செருகலென எளிதிற் கூறிவிடுவது தமது பொறுப்புணராதார்கையாடும் வெற்றுரைவாதமேயன்றிப் பிறிதில்லை. ஒருவிஷயம் இங்குக் கவனிக்கத்தக்கது. 'இடனு மாருண்டே' என்று வருவதற்குப் பயன்கூறுமுகத்தால் இவ்வாக்கியம் எழுதப்பெற்றிருப்பது அஃது இடைச்செருகலன்றென்பதை நன்கு விளக்குகின்றது.

இங்ஙனமாகத் தொல்காப்பியவுரைபற்றிச் சாஸ்திரியார் தொடுத்த வாதம் வலியற்றொழிந்தமை காணலாம். இனித் தொல்காப்பியரது கருத்து யாதென விசாரித்துணர்தல்வேண்டும். 'செய்யும்' என்னும் முற்றைக் குறித்து,

> “பல்லோர் படர்க்கை முன்னிலை தன்மை
> அவ்வயின் மூன்றும் நிகழுங் காலத்துச்
> செய்யு மென்னுங் கிளவியொடு கொள்ளா”
>
> (சொல்.வினை.30)

எனத் தொல்காப்பியர் விதியமைத்திருக்கின்றார். ஆக ‘அவர் செய்யும்’, ‘நீ செய்யும்’, ‘நான் செய்யும்’ என்பது முற்றன்று என்பதும்,

> ‘அவற்றொடு வருவழிச் செய்யுமென் கிளவி
> முதற்கண் வரைந்த மூவீற்றும் உரித்தே’
>
> (சொல் 38)

என்ற விதியில் அவை யெச்சமாயமைதல் தகும் என்பதும் தொல்காப்பியர் கருத்தாம். இக்கருத்துக்கள் தாம் கண்ட இலக் கியங்களை யாராய்ந்து கொண்டனவேயன்றித் தாமாகவே இலக்கிய வாதாரமின்றிக் கற்பித்துக் கொண்டனவல்ல. இலக் கியங்கண்டதற் கிலக்கணங்கூறுதலே மரபாகலின். ஆதலால் உந்து என்னும் பிரயோகம் எவ்வாறுளதென நோக்குவோம். அவ்வீற்றுவினைச்சொற்கள் படர்க்கையொருமையையும் படர்க் கைப் பன்மையையும் எழுவாயாகக்கொண்டு வருதல் காணப் படுகின்றது. உதாரணமாகப் புறநானூற்றில் 24-ம் செய்யுளையும், 384-ம் செய்யுளையும் நோக்குக. இருவகைப் பாடங்கட்கும் ஒத்த ஓரிலக்கணங்கூறுதலே அமைவுடைத்தாம். இலக்கணமொன்றே பிரயோகங்களனைத்தையும் விளக்கவல்லதாயிருக்க, தனித்தனி யிலக்கணங்கூறுதல் மரபன்று; இலக்கண நெறியோடுபொருந் துவதுமன்று. செய்யுந்து என்னும் வாய்பாட்டுச்சொல் முற்றெனக் கூறின் ‘பல்லோர்படர்க்கை’ என்னுஞ் சூத்திர விதியொடு முரணுவதாம். ஆதலாற் பெயரெச்சமெனக்கோடலே தொல்காப் பியர் கருத்தொடு பொருந்துவதாமென்பது தெளிவு.

இங்ஙனமிருப்பவும் மேற்கூறியது தொல்காப்பியருடைய கருத்தன்றெனக் காட்டுதற்குச் சாஸ்திரியார் ஓர் அரிய காரணந் தெரிந்தெடுத்துத் தருகின்றார். ‘அவ்வாறு ஆசிரியர்க்குக் கருத் தாயின் பெயரெச்சத்திற்கேயுரிய ஈறாகிய உம்மின் உகரம் தானேறிய மெய்யுடன்கெடுமென்று விதிக்கும், ‘அவற்றுள்.........

புலவர்' (தொல்.சொல்.வினை.41) என்ற சூத்திரத்தின் பின்னர் இச்சூத்திரத்தையும் ('உம்முந்தாகும்') கூறியிருப்பார்' என்பதே அக்காரணம். வியவகாரரீதிக்கு இக்காரணம் வலியுடைத்தென்றே கொள்வோம். அச்சூத்திரம் முற்றுச்சொல்லினையும் தன் ஆணை யுட்கொள்ளும் என்பதே உரைசெய்தாரனைவருடைய துணிபும் ஆம். தெய்வச்சிலையார் 'பெயரெஞ்சுகிளவிக்கும்' என வும்மை விரித்தே பாடங்கொண்டார். வினைமுற்றினை 'உரையிற்கோடல்' என்னும் உத்திவகையாற் கொள்ளாது ஆசிரியர்க்குடம்பாடாகிய அருத்தாபத்தியாற் பிறவுரைகாரர்களும் கொள்ளுகின்றமையின், தொல்காப்பியர்க்கே இது கருத்தென்பது அவர்கள் கொள்கை. சாஸ்திரியார் கூற்றுப்படி முற்றுக்கும் எச்சத்திற்கும் 'உம்முந் தாகும்' என்னுஞ் சூத்திரம் பொதுவாயின் மேலைச்சூத்திரத் தினையடுத்தே அது வைக்கப்பெற்றிருத்தல் வேண்டும். அவ் வாறு வைக்கப்பெறாமையானே முற்றுக்கும் எச்சத்திற்கும் 'உம்முந்தாகும்' என்பது பொதுவன்றென்பதே சித்திக்கின்றது. இஃதெங்ஙனமாயினும், 'செய்யும்' என்னும் முற்றினையும் பெயரெச்சத்தினையும் கூறியபின்னர் உடனடுத்து 'உம்முந் தாகும்' என்பதனை வைத்திருத்தல் வேண்டும். அவ்வாறு காணப் படாமைகொண்டும் சாஸ்திரியார் கூறுவது தொல்காப்பியர்க்கு உடன்பாடன்றெனக் கொள்ளலாம்.

ஆனால், சாஸ்திரியார் கூறுவதுபோல்வன காரணங்களாக அங்கீகரிக்கத்தகுவனவல்லவென்பதே உண்மையொடுபட்டதாம். சூத்திரங்களை நூலின்கண் நிறுத்துமுறை தருக்கநெறியொன்றோடு மட்டும் அமைந்து நிற்பதன்று. ஆசிரியருடைய கருத்துக் களனைத்தும் முற்றுமறிதல் ஒருவருக்கும் எளிதன்று. சூத்திர நிறுப்புமுறையில் எத்தனை காரணங்கள் அவர் உள்ளத்தில் வியாபரித்தன என யாவர்க்கேனும் முற்றக் கணக்கிடுதல் கூடு வதன்று. ஆதலின் சாஸ்திரியாரது போலிக்காரணம் யாதும் பயன்ற ரவல்லதன்றாம்.

இத்துணையுங் கூறியவாற்றான் 'உம்முந்தாகும்' என்னுந் தொல்காப்பியச் சூத்திரம் பெயரெச்சம் ஒன்றனுக்கே ஏற்புடைச் சூத்திரமெனல் உரைகாரர் அனைவருக்குங் கருத்தாமென்பதும், ஆசிரியர் தொல்காப்பியனார்க்கும் அதுவே துணிபாமென்பதும், தெள்ளிதின் விளக்கப்பட்டன. திரு. சிவராஜபிள்ளையவர்கள்

தாம் கற்ற கல்விக்கும், அறிவுடைமைக்கும் ஏற்பத் தொல் காப்பியத்தினையும் அதன் உரைகளையும் செவ்வனேயறிந்து தமது ஆராய்ச்சியுரையை யெழுதியுள்ளார்கள். திரு.சாஸ்திரியார் கூறுவன சிறிதும் பொருந்தாமை மேலே காட்டியவைகளால் தெளிவாகும்.

சாஸ்திரியாருடைய உள்ளக்கிடை தமிழறிஞர்களைப் பெரிதும் புண்படுத்துவதாகும். தமது கொள்கைக்கு முரண்பாடான வாக்கி யங்கள் நன்னூல்படித்த வொருவரால் இடைமடுக்கப்பட்டன வென்று சாஸ்திரியார் கூறுகிறார். இடைச்செருகலுள்ளதெனக் கண்டுகொண்டதோடமையாது, அதுசெய்தார் இன்னாரென நிச்ச யித்த இவருடைய ஆராய்ச்சித்திறன் மிகவும் மெச்சத்தகுந்ததே! நன்னூலாரிடமும், நன்னூல்கற்றாரிடமும் அவருக்குள்ள மதிப்பு வெளியாகின்றது! இளம்பூரணத்தில் வரும் (சொல். கிளவி.) 'மக்கட்சுட்டே'யென்பது 'மக்கள் என்று வரைந்து சுட்டுதற்குக் காரணமாகிய தன்மை யென்னும் ஒருவன்' என்ற வாக்கியத்தின் பொருளுணரமாட்டாது, அதற்குத் திருந்தியபாடமொன்று தமது சொல்லதிகாரக் குறிப்பிற் கற்பிக்கத்துணிந்த திரு.சாஸ்திரியாரிட மிருந்து வேறு யாதுதான் எதிர்பார்க்கக்கூடும்? இவ்வண்ணம் சிந்தித்து அமைதலே அறிவுடைமை. தமிழ்மொழி உய்தி பெறுவதாகுக!

பின்னிணைப்பு IV

உதிர் மலர் மாலை*

நவநீதகிருஷ்ண பாரதி

(1) புறநானூற்றுரையாசிரியரும் P.S. சுப்பிரமணிய சாஸ்திரிகளும்

“கடுங்கண்ண” என்னும் பதினான்காம் புறப்பாட்டின் விசேட வுரையிலே ‘உண்டென்பது பொதுவினையன்றேனும் கறியொழிந் தவற்றிற்கெல்லாஞ் சேறலின், பன்மைபற்றி அமைத்துக்கொள்ளப் படும்; ஊன் துவை கறியோடு கூடிய சோற்றை உண்டென அமைப்பினும் அமையும்; இதனைப் பொதுவினையென் றுரைப் பாருமுளர்’என்று கூறிப்போந்தார் புறநானூற்றுரையாசிரியர்.

“ஊன்றுவை கறிசோறுண்டு” என்பது பொதுவினையாகாது என்றவர் இளம்பூரணர்; உண்டலென்பது உண்பன தின்பனவெனப் பிரித்துக்கூறும்வழிச் சிறப்புவினையாம். பசிப்பிணி தீர நுகரப் படும் பொருளெல்லாம் உணவெனப்படுமாகலிற் பொதுவினையு மாம். கறியொழித்து ஏனையவற்றிற்கெல்லாம் உண்டற்றொழி லுரித்தாகலிற் பன்மைபற்றிக் கூறினாரெனினு மமையும் என்றவர் சேனாவரையர். கறிசோறுண்டு என்றவழி உண்டு என ஒருவினையால் வந்ததால் எனின் அது பொதுவினை எனக் கொள்க என்றவர் தெய்வச்சிலையார். உண்டென்பதனைப் பேராசிரியரும் பொதுவினை எனக் கொண்டார்.

இவ்வுரைவிகற்பம் பலவற்றையு முட்கொண்டவராய், “‘புற நானூற்றுரைகாரர் உண்டென்பது பொதுவினையன்றேனும் கறி யொழிந்தவற்றிற்கெல்லாஞ் சேறலின் பன்மைபற்றி அமைத்துக் கொள்ளப்படும். இதனைப் பொதுவினை என்பாருமுளர்’ என்றனர். இவற்றை நோக்கின் புறநானூற்றுரைகாரருக்கு உண்டல் என்பதை இளம்பூரணர் போல் பொதுவினையாகாதெனக் கொள்ளாது

---

* செந்தமிழ், தொகுதி 30: பகுதி 4, February - March 1932, பக். 89-94.

சேனாவரையர்போல் பன்மைபற்றிய வழக்கால் அமைப்பதே கருத்தென்பதும் தெய்வச்சிலையார், நச்சினார்க்கினியர் இவ்விருவர் போலப் பொதுவினையாகக் கொள்ளுதல் தன் கருத்தன்றென்பதும் விளங்குகின்றன. ஆதலின் இவர் சேனாவரையர் நச்சினார்க்கினியர் காலத்திற்குப் பிற்பட்டவர்போலும்" என்று திருவாளர் *P.S.* சுப்பிரமணிய சாஸ்திரி அவர்கள் கூறினார்கள். *[செந்தமிழ், தொகுதி 29, பக்கம் 314]*

பேராசிரியரும் "உண்டு" என்பதைப் பொதுவினை என்றே கொண்டிருக்கவும் அதனை நோக்காது சாஸ்திரியாரவர்கள் புற நானூற்றுரையாசிரியரை நச்சினார்க்கினியர்க்குப் பிற்பட்டவரென்று கூறுதல் பொருந்துமா என்பது ஆராயத்தக்கது.

புறநானூற்றுரையாசிரியரும் அடியார்க்குநல்லாரும்

"ஆவு மானியல்" என்னும் ஒன்பதாம் புறப்பாட்டின் விசேட வுரையிலே யாற்றுநீரும் ஊற்றுநீரும் மழைநீரும் உடைமையால், கடற்கு முந்நீரென்று பெயராயிற்று; அன்றி முன்னீரென்றோதி நிலத்திற்கு முன்னாகிய நீரென்றுமுரைப்ப என்று முந்நீர் என்ப தற்குப் பொருள் கொண்டார்.

முந்நீரென்பதற்கு நிலத்தைப் படைத்தலும், காத்தலும், அழித் தலுமாகிய மூன்றுதொழிலுடைமையின் முந்நீர் ஆகுபெயர் என்றார் ஆசிரியர் நச்சினார்க்கினியர்.

"முந்நீர் – கடல்; ஆகுபெயர். ஆற்றுநீர் ஊற்றுநீர் மேனீரென இவையென்பார்க்கு அற்றன்று; ஆற்றுநீர் மேனீராகலானும் இவ் விரண்டுமில்வழி ஊற்றுநீரும் இன்றமாதலானும் இவற்றை முந்நீரென்றல் பொருந்தியதன்று; முதியநீரெனின், 'நெடுங்கடலுந் தன்னீர்மை குன்றும்' அதுவும் மேனீரன்றி அமையாமையின் ஆகாது; ஆனால் முந்நீர்க்குப் பொருள் யாதோவெனின் முச் செய்கை உடைய நீர் முந்நீர் என்பது; முச்செய்கைகளாவன மண்ணைப் படைத்தலும், மண்ணை யழித்தலும், மண்ணைக் காத்தலுமாம்" என்றார் அடியார்க்குநல்லார் *[சிலப். 17. ஆய்ச் 3]*

முந்நீர் என்பது ஆற்றுநீர் முதலிய மூவகை நீருடையதென்ற வரும் முன்னீரென ஓதக்கூறினாரும் புறநானூற்றுரையாசிரிய ராதலின் இவர் அடியார்க்குநல்லாரான் மறுக்கப்பட்டவராவர்

என்பது ஈண்டுப் போதருதலின் புறநானூற்றுரையாசிரியர்க்குக் காலத்தாற் பிந்தியவராவர் அடியார்க்குநல்லார் என்பது நிலை பெறும்.

அடியார்க்குநல்லார் காலம்

நச்சினார்க்கினியரால் மறுக்கப்படுவனவற்றுட் சில இவருடைய கொள்கையாக இருத்தல்பற்றி இவரது காலம் நச்சினார்க்கினியருடைய காலத்திற்கு முந்தியதாயிருக்கலாமென்று ஊகிக்கப்படுகின்றது என்று தமிழ்மடவரலின் செவிலித்தாயாகிய ப்ரம்ம ஸ்ரீ Dr. உ.வே. சாமிநாதையரவர்கள் கூறினார்கள் *(சிலப். அடியார்க்குநல்லார் வரலாறு)*

ஐயரவர்கள் கூற்றுப்படி அடியார்க்குநல்லார்க்கு நச்சினார்க்கினியர் பிற்பட்டவரென்பது வலியுறுகின்றது. முந்நீர் என்பதற்குப் புறநானூற்றுரையாசிரியர் கண்டபொருளை அடியார்க்குநல்லார் மறுக்கின்றாராதலின் அடியார்க்குநல்லார்க்குப் புறநானூற்றுரையாசிரியர் காலத்தான் முற்பட்டவர் என்பது வலியுறுகின்றது. இங்ஙனம் ஆசிரியர்கள் காலம் வலியுறலால் சாஸ்திரியவர்கள், நச்சினார்க்கினியர்க்குப் புறநானூற்றுரையாசிரியரைப் பிந்தியவராக்கியது போலாது பேராசிரியருக்குப் பிந்தியவராக்குதலே சாலப்பொருத்தமாம்.

(2) சிலப்பதிகாரத்து அரும்பதவுரையாசிரியரும் புறநானூற்றுரைகாரரும்

“அரையிருள் யாமத்துப் பகலுந்துஞ்சார்” *(சிலப்.அந்தி.81)* பகுக்கப்படுதலின், பகல், மதுரைக்காஞ்சியில் “மற்றை யாமம் பகலுறக் கழிப்பி” என்பதுமது, பகலுந் துஞ்சான் – எல்லாருந் துஞ்சும் அரையிருள் யாமத்தும் ஒரு மாத்திரைப்பொழுதுந் துஞ்சாமல்’ என்றார் அரும்பதவுரையாசிரியர்.

அரையிருளினும் ஓர் யாமத்தினும் அரையாமத்தினும் ஒரு கணப்பொழுதும் துஞ்சாராம்படி....... “நடுநாள் யாமத்தும் பகலுந் துஞ்சான்” என்றார் புறத்தினும்.... அரையிருள் – இரண்டாம் யாமம். யாமம்–ஓர்யாமம்; அரையிருள்யாமம் – உம்மைத்தொகை; இருபெயர்க்கண் வந்தது. பகல் – அரையாமம். ‘மற்றை யாமம் பகலுறக் கழிப்பி’ என்றார் மதுரைக்காஞ்சியுள்ளும். பகுத்தலிற் பகலாயிற்று என்றார் அடியார்க்குநல்லார்.

"நடுநாள் யாமத்தும் பகலுந் துஞ்சான்"

இடையாமத்தும் நண்பகலுந் துயிலானாய்......... பகலை ஒரு மாத்திரை என்றும்..... உரைப்பாரும் உளர் என்றார் புறநானூற்றுரையாசிரியர்.

பகலென்பதற்கு ஒரு மாத்திரை எனப் பொருள் கண்டவர் சிலப்பதிகாரத் தரும்பதவுரையாசிரியராதலின் இவர்க்குக் காலத் தாற் பிந்தியவராவர் புறநானூற்றுரையாசிரியரென்பது வலியுறும்.

(3) பேராசிரியரும், மணக்குடவரும், பரிமேலழகரும்

தொல்காப்பியத்தின் மெய்ப்பாட்டியலிலே இருபத்தைந்தாஞ் சூத்திரவுரையிலே,

'வன்கண் குடிகாத்தல் கற்றறித லாள்வினையோ
டைந்துடன் மாண்ட தமைச்சு'

என்புழிக் கற்றறிதலென்பதனை இரண்டாக்கி ஐந்தென்ப ராகலின், என்று இத்திருக்குறளை மேற்கோள்காட்டிக் கற்றறிதலை இரண்டாகப் பகுப்பர் என்று பிறன்கோளுங் கூறினார் ஆத்திரேயன் பேராசிரியனார்.

'அஞ்சாமையும், குடிகாத்தலும், இந்திரியங்களைக் காத்தலும், நூன்முகத்தானறிதலும், முயற்சியும் என்னும் ஐந்துடன் மாட்சி மைப்பட்டவன் அமைச்சனாவான் (எ-று)' என்றார் மணக்குடவர் *(குறள். பொருட். அமைச். 1)*

கற்றறிதலை இரண்டாக்காது குடிகாத்தலையே இரண்டாகப் பகுத்தார் மணக்குடவர் என்பது ஈண்டுக் காண்க.

"வினைசெய்தற்கண் அசைவின்மையும், குடிகளைக் காத் தலும், நீதி நூல்களைக் கற்றுச் செய்வன தவிர்வன அறிதலும், முயற்சியும் மேற்சொல்லிய அங்கங்கள் ஐந்துடனே திருந்தவு டையானே அமைச்சனாவான் (எ-று)" எனவும்; இனி இதனை ஈண்டெண்ணியவற்றிற்கே தொகையாக்கிக் குடிகாத்தலென் பதனைக் குடிப்பிறப்பும் அதனை யொழுக்கத்தாற் காத்தலுமெனப் பகுப்பாரும், கற்றறிதலென்பதனைக் கற்றலும் அறிதலுமெனப் பகுப்பாரும் உளர். அவர் உடன் என்பதனை முற்றும்மைப் பொருட்டாக்கியும், குடி என்பதனை ஆகுபெயராக்கியும் இடர்ப் படுப" எனவுங் கூறினார் பரிமேலழகர் *(குறள். அமைச். 2)*.

இக்குறளை இவ்வதிகாரத்து முதற்குறளாகவே மணக்குட வரும், பேராசிரியராலே பிறன்கோளுக்கு ஆதாரமாக நின்றவரும் கொண்டார் என்பதும் ஐந்துடன் என ஈண்டெண்ணியவற்றிற்கே ஆக்கி முறையே குடிகாத்தலையும், கற்றறிதலையும் பகுத்துக் கொண்டு உரைசெய்தமையும் பிறவும் தெள்ளிதிற் புலனாகும்.

பேராசிரியராலே சுட்டப்பட்ட திருக்குறளாசிரியரும் மணக் குடவரைப்போலவே ஐந்துடன் என்னுமிதனை ஈண்டுப் பகுத்துப் பொருளுரைத்தலினானே 'கருவி' என்னுந் திருக்குறளை ஐந்தா வதாகவே கொண்டுள்ளார் என்பது இக்காட்டியதனாலும் இன்ன பிறவற்றானும் இனிது பெறப்படும். அது போக்கிக் கூறுதும்.

பரிமேலழகர், "ஐந்துடன்" என்னுமிதனை ஈண்டுள்ள வற்றிற் கெண்ணாமல் அகரச்சுட்டு வருவித்துக்கொண்டு தாம் பொரு ளுரைத்தமைக்கு ஏற்றவாறு, அவரெல்லாம் ஐந்தாவதாகக்கொண்ட திருக்குறளை இவர் முதலாவதாகக் கொண்டார் என்பது வலி யுறுகின்றது.

பரிமேலழகர் இன்னோரன்ன காரணங்களை யுள்ளிட்டுக் கொண்டு திருக்குறள் வரிசையைத் தாம் உரைக்கும் பொரு ளுக்கியையும்படி மாற்றியுள்ளார் என்பது தெள்ளத்தெளிந்த தொன்றாகும்.

இக்கொள்கையை நிலைநாட்டுதற்குப் பலப்பல குறிப்புக்களு முண்டு, நேரம் வாய்ப்பின் எழுதுவாம்.

குடிகாத்தலைப் பகுத்தவர் மணக்குடவர், கற்றறிதலைப் பகுத்தவர் பேராசிரியராற் குறிக்கப்பட்டவர்.

மணக்குடவரும், பேராசிரியராற் குறிக்கப்பட்டவரும் ஆகிய இவ்விருவர்தம் பகுப்பையும் பரிமேலழகர் மறுத்துள்ளார். குடிகாத்தலை முன்னும் கற்றறிதலைப் பின்னுமாகக் கூறிய வைப்பு முறை திருக்குறட்கண்ணே அமைந்த சொல்வைப்பைப் பற்றியது. ஆகலின் அதுகொண்டு அவ்விருவர் காலவரிசைகளையும் ஆராய்தற்கியலாது. பேராசிரியராற் குறிக்கப்பட்டார் பகுப்பை மணக்குடவரும், மணக்குடவர் பகுப்பை அவரும் மறுத்தில ராதலின் இவ்விருவர் குறிப்பையுங்கொண்டு அக்கால வரிசைகளை ஆராய்தற்குமியலாது.

பேராசிரியர் மணக்குடவர் பகுப்பைக் கொள்ளாது மற்றையோர் பகுப்பையே மேற்கோள் காட்டியிருத்தலின் மணக்குடவர்க்கு அப்பேராசிரியராற் குறிக்கப்பட்டவரே காலத்தான் முந்தியவராவார் என்பதுதானே போதரும்.

மணக்குடவர் பகுப்பு, பேராசிரியர் காலத்திருந்திருப்பின் அப் பகுப்பையே எடுத்துக்காட்டியிருப்பர், அல்லது மறுத்திருப்பர் என்பதும் அக்கொள்கையையே வலியுறுத்தும்.

இவற்றால் பேராசிரியராற் குறிக்கப்பட்ட திருக்குறளாசிரி யர்க்குக் காலத்தாற் பிற்பட்டவர் மணக்குடவர் என்பதும் மணக்குடவர்க்குப் பிற்பட்டவர் பரிமேலழகர் என்பதும் கண்கூடு.

பரிமேலழகரும் நச்சினார்க்கினியரும்

“வண்புகழ் நிறைந்து வசிந்துவாங்கு நிமிர்தோள்” *(திருமுரு காற்றுப்படை)* என்புழி ‘வசிந்து’ என்பதற்குப் பிளந்து என்று பொருள்கூறி, படைக்கலங்களால் வடுப்பட்டென்று பொரு ளுரைத்தல் இறைவனாதலிற் பொருந்தாது என்று விசேட வுரையுமெழுதினார் ஆசிரியர் நச்சினார்க்கினியர்.

வசிந்து என்பதற்குப் படைக்கலங்களால் வடுப்பட்டென்று பொருளுரைத்தல் இறைவனாதலிற் பொருந்தாது என்றல் “வாண் மிகு............. மொய்ம்பின்” *(பரிபாடல். 9-51)* என்பதற்கு வாட்டழும்பு நெருங்கிய வெற்றிமொய்ம்பென்று பரிமேலழகர் எழுதிய உரையை மறுத்தலின் இவர் பரிமேலழகர்க்குங் காலத்தாற் பிற்பட்டவராவர்.

இதுகாறும் ஆராய்ந்தவற்றானே பேராசிரியராற் சுட்டப்பட்ட திருக்குறளாசிரியருக்குப் பிற்பட்டவர் பேராசிரியர் என்பதும், பேராசிரியர்க்குப் பிற்பட்டவர் மணக்குடவர் என்பதும், மணக் குடவர்க்குப் பிற்பட்டவர் பரிமேலழகர் என்பதும், சிலப்பதி காரத்தின் அரும்பதவுரையாசிரியர் புறநானூற்றுரையாசிரியர்க்குக் காலத்தான் முற்பட்டவர் என்பதும், அடியார்க்கு நல்லார் புற நானூற்றுரையாசிரியருக்குப் பிற்பட்டவர் என்பதும், அடியார்க்கு நல்லார்க்கும் பரிமேலழகர்க்கும் பிற்பட்டவர் நச்சினார்க்கினியர் என்பதும் வலியுற்றனவென்க.

பின்னிணைப்பு V

Verses from Historical Tamil Reader

Annamalai Nagar: Annamalai University, 1945, p. 9-18

Puram. 2:13-24

அலங்குளைப் புரவி யைவரொடு சினைஇ
நிலந்தலைக் கொண்ட பொலம்பூந் தும்பை
ஈரைம் பதின்மரும் பொருதுகளத் தொழிய
பெருஞ்சோற்று மிகுபதம் வரையாது கொடுத்தோய்
பாஅல்புளிப்பினும் பகலிருளினும்
நாஅல்வேத நெறிதிரியினுந்
திரியாச் சுற்றமொடு முழுதுசேண் விளங்கி
நடுக்கின்றி நிலியரோ வத்தை யடுக்கத்துச்
சிறுதலை நவ்விப் பெருங்கண் மாப்பிணை
அந்தி யந்தண ரருங்கட னிறுக்கும்
முத்தீ விளக்கிற் றுஞ்சும்
பொற்கோட் டிமயமும் பொதியமும் போன்றே.

Alaṅk-uḷai-p puravi y-aivaroṭu ciṉai-i
Nilan-talai-k koṇṭa polam-pūn tumpai
Īr-aim patiṉ-mar-um porutu-kaḷa-t t-oḻiya-p
Peruñ-cōṟṟu miku-patam varaiyātu-koṭuttōy
Pāal-puḷippiṉum pakal-iruḷiṉum
Nāal-vēta neṟi-tiriyiṉum
Tiriyā-c cuṟṟam-oṭu muḻutu-cēṇ viḷaṅki
Naṭuk-kiṉṟi niliyar-ō v-attai y-aṭukkattu-c
Ciṟu-talai navvi-p peruṅ-kaṇ mā-p-piṇai
Anti y-antaṇa r-aruṅ-kaṭa ṉ-iṟukkum

Mu-t-tī viḷakkiṟ ṟuñcum

Poṟ-kōṭ ṭ-imayam-um potiyam-um pōṉṟē.

Alaṅk-uḷai-p puravi y-aivaroṭu ciṉaii, nilam, talai-k koṇṭa, polam-pūm tumpai-īr-aim patiṉ-mar-um, porutu, kaḷattu, oḻiya, peruñ-cōṟṟu miku-patam, varaiyātu, koṭuttōy, pāl, puḷippiṉum, pakal, iruḷiṉum, nāl-vēta-neṟi, tiriyiṉum, tiriyā-c-cuṟṟam-oṭu, muḻutu, cēṇ, viḷaṅki, Naṭuku, iṉṟi, niliyar, ō, attai, aṭukkattu, ciṟutalai-navvi, peruṅ-kaṇ mā-p-piṇai, anti antaṇar, aruṅ-kaṭaṉ, iṟukkum, mu-t tī viḷakkin, tuñcum, poṟ-kōṭṭ-imayam, um, potiyam, um, pōṉṟu, ē.

The prose order is the same as that in the verse, except that the portion aṭukkattu... pōṉṟē should be taken after tiriyiṉum and before tiriyā-c cuṟṟam-oṭu.

Oh, the giver of plenty of provisions (in the Mahābhārata war) till all the hundred (Kāuravas) having garlands made of gold tumpai flowers, who had taken hold of the country (of the Pāṇḍavas) were attacked and killed in the battle-field by the five (Pāṇḍavas) in fury who were on horses with manes waving, though milk turns sour, though sun loses its lustre and though the order of the four Vedas changes, may you live a full, long and brilliant life without terror with the circle of your attendants never swerving (from the right path), like the Himalayas with golden peaks and the Potiyam (Malaya mts.) in whose valleys the large eyed female deer with their tiny headed young ones sleep near the light of three sacred fires where brahmans perform their sacred duties (hōma) both at sun rise and at sun set!

Alaṅk-uḷai-p puravi y-aivaroṭu is a compound word which may be split into alaṅkum uḷaiyai (uḷaiya), puraviyai (uḷaiya) aivaroṭu. Aivar here refers to the five Pāṇḍavas. Aivaroṭu is the third case of aivar, where the suffix oṭu denotes the agent.[1] It is used in Modern Tamil to denote only

---

1 **Mūṉṟā kuvatē**

Oṭuveṉap peyariya vēṟṟumai k – kiḷavi

Viṉai-mutaṟ karuvi y-aṉai-mutaṟ ṟ-atu-v-ē (Tol. Col. 73)

A similar use is found in nīroṭu niṟainta v-īr-itaḻ maḻai-k-kaṇ (Puram. 164).

association and āl which is metamorphosed form of āṉ is alone used to denote the agent. Similarly āl alone is now used to denote the instrument though oṭu was used in that sense in Ancient Tamil.[2] Oṭu was lengthened to ōṭu for the sake of metre and now ōṭu also is used as the third case suffix denoting association.

Ciṉaii is the infinitive form of the root ciṉai; it literally means 'having viewed with fury'; here it is active in form but passive in meaning. Such a use is very frequent in the ancient Tamil classics. The word is formed by adding the infinitive termination i to the root ciṉai, in the same way as i is added to roots like uṟaṅku, naṭuṅku etc. Since the use of the intervocalic was optional in the ancient period, it is not found between ciṉai and i.[3]

Nilam is a noun in the second case; it is the genius of the Tamil language to drop the second case suffix when the noun either precedes or follows the verb which it qualifies.

Talai-k-koṇṭa is the relative participle from the root talai-k-koḷ. Originally talai was a noun and koṇṭa was a relative participle and they began to be considered as one word and a root talai-k-koḷ was evolved from such forms. Polam-pū-n-tumpai īraimpatiṉmar-um is a compound word. Poṉ+pū becomes pol+am+pū, when am is called cāriyai or increment. Polampū means 'flower made of gold'. Polampū+tumpai becomes polampū-n-tumpai where n is inserted before t. Garland made of tumpai flowers was worn by warriors engaged in fight; īr-aimpatiṉ-mar literally means 'two fifty men'. The particle um is called muṟṟeccam and is used to denote all the hundred. Porutu is the infinitive of the root poru and means 'having attacked'. Kaḷattu is the seventh case of kaḷam with the seventh case suffix kaṇ dropped. When kaḷam and a of attu are dropped so that we have the form kaḷattu. Oḻiya is an infinitive from derived from the root oḻi by the addition of a and means 'til they are destroyed'.

---

2 Cf. Yāṉai-y-um ampoṭu tuḷaṅki (Puram. 63) (even the elephants being baffled with arrows).

3 Cf. H.G.T. p. 73.

Peruñ-cōṟṟu-miku-patam is a compound word made up of two compound words Peruñcōṟu and miku-patam. Periyatu+cōṟu becomes peruñcōṟu and mikkatu+patam becomes mikupatam, peruñcōṟu ākiya miku patam becomes peruñ-coṟṟu-miku-patam.

Varaiyātu is a negative infinitive form made of varai (root) + ā (negative particle) + tu (infinitive suffix). In Modern Tamil the form varai-y-āmal is more frequently used than varai-y-ātu. Koṭuttōy is the modified form of koṭuttāy which is the vocative form of koṭuttāṉ, a participial noun. It was called toḻiṟ-peyar at the time of Tolkāppiyaṉār and viṉaiyāl-aṇaiyum-peyar from the time of Naṉṉūlār. Pāal – *a* after ā is added for the sake of metre. Such a's are called aḷapeṭai by Tolkāppiyaṉār. But āa's are considered to be aḷapeṭai from time of the Vīracōḻiyam.[4] Puḷippiṉum is an infinitive form meaning 'though it turns sour'. Nāl-vēta-neṟi is a compound made up of nālvētam and neṟi, where nālvētam is a compound of nālu and vētam; vētam is plural here, since the addition of the plural suffix kaḷ was only optional and it was added only to akhṟiṇai nouns in the ancient period.[5]

Tiriyā-c-cuṟṟamoṭu is the third case of the compound word tiriyā-c-cuṟṟam which may be split as tiriyāta cuṟṟam.

Muḻutu-cēṇ may be taken a compound noun in the seventh case with the case suffix kaṇ dropped, meaning 'for a long time.' Viḷaṅki is an infinitive form of the root viḷaṅku and means 'having shone.'

Naṭukku iṉṟi literally means 'without having terror'. Naṭukku is a noun in the objective case governing the transitive infinitive verb iṉṟi, which is formed from the root il.

Niliyar is a verb in the second person singular optative (viyaṅkōḷ) mood. Viyaṅkōḷ verbs are stated by Tolkāppiyaṉār to have been used only in the third person and by Naṉṉūlār to have been in all persons.[6] Since it is used in the second person here, the author of this verse (Murañciyūr

---

4 Cf. H.G.T. p. 13, 14, 15, 17.

5 Ibid p. 164.

6 For the history of viyaṅkōḷ-viṉai cf. H.G.T. p. 181.

Muṭinākarāyar) should have been posterior to Tolkāppiyaṉār, though he is considered by many to be anterior to him.[7]

Ō and attai are expletives.

Aṭukkattu is the seventh case singular of aṭukku with the case suffix dropped after the cāriyai (increment) is inserted between the noun and the case suffix.

Ciṟu-talai-navvi-p-peruṅkaṇ-māppiṇai is a compount word. It is formed thus: - ciṟitu ākiya talai = ciṟutalai; ciṟutalaiyai uṭaiya navviyiṉai uṭaiyaṉa = ciṟutalai navvi; peritākiya kaṇṇiṉai uṭaiyaṉa = peruṅkaṇ; mā-v-iṉ piṇai = māppiṇai; peruṅkaṇ ākiya mā-p-piṇai; peruṅkaṇ māppiṇai; ciṟutalai navvi ākiya peruṅkaṇ māppiṇai = ciṟu-talai-navvi-p-peruṅkaṇ-māppiṇai. ciṟutalai is a paṇpu-t-tokai, peruṅ-kaṇ is an aṉmoḻi-t-tokai and mā-p-piṇai is a vēṟṟumai-t-tokai.[8]

Anti is a noun in the seventh case with the case suffix dropped. It is a tadbhava in Skt. Sandhyā. Antaṇar is a noun in the nominative case subject of the relative participle iṟukkum. The syntax in the expression antaṇar iṟukkum muttī (which may be literally rendered 'brahmans performing triad of fire') is peculiar to Tamil where antaṇar is the subject of the relative participle iṟukkum which governs muttī. It seems to me such a use does not exist either in Sanskrit or in English.

Aruṅkaṭaṉ is a compound noun in the second case. Kaṭaṉ may be taken to mean duty or dept. If it is the latter, it here refers to the debt to gods (dēvarṇa).

Muttī is parallel to trētāgni and refers to gārhapatya (central fire), āhavanīya (eastern fire) and dakṣiṇāgni (southern fire).

Pōṉṟu is an infinitive form of the root pōl which is generally used as the term denoting comparison.

Ē is expletive.

---

7 Cf. J.O.R. Vol. V. pp. 50 & 51.

8 For a fuller treatment of tokai cf. H.G.T. pp. 205-207 & 213.

Puram. 20:13-17

> **நின்னாட்டு**
> **வயவுறு மகளிர் வேட்டுணி னல்லது**
> **பகைவ ருண்ணா வருமண் ணினையே**
> **அம்புதுஞ்சுங் கடியரணால்**
> **அறந்துஞ்சுஞ் செங்கோலையே.**

> **Niṉ ṉāṭṭu**
> **Vayav-uṟu makaḷir vēṭṭ-uṇi ṉ-allatu**
> **Pakaiva r-uṇṇā v-aru-maṇ ṇiṉai-yē**
> **Ampu-tuñcuṅ kaṭi-y-araṇāl**
> **Aṟan-tuñcuñ ceṅ-kōl-ai-yē.**

Niṉ, ṉāṭṭu, vayav-uṟu-makaḷir, vēṭṭu, uṇiṉ-allatu, pakaivar, uṇṇā, aru-maṇ ṇiṉai-yē, ampu, tuñcum, kaṭi-y-araṇāl, aṟaṉ, tuñcum, ceṅ-kōl-ai, ē.

The prose order is the same as that in the verse.

(Oh King!) you have earth in your land which is eagerly eaten only by pregnant woman and not by enemies and you have the sceptre with which dharma or justice is administered along with well fortified fort where arrows are kept.

Niṉ is the sixth case of nī with the suffix atu dropped. Nāṭṭu is the seventh case of nāṭu with the suffix kaṇ dropped, Ṭ of nāṭu is doubled before kaṇ.[9] Vayav-uṟu-makaḷir is a compound word which can be split thus:- vayaviṉai uṟṟa makaḷir. Vayā and vayavu mean ‘pregnancy’. The root uṟu means ‘to get’. Makaḷir is the plural form of makaḷ. Vēṭṭu is an infinitive form of the root vēḷ. Uṇiṉ is an infinitive form of the root uṇ; uṇṭāl is more frequent in Modern Tamil than uṇiṉ. Aru-maṇṇiṉai is the kuṟippu-viṉai or appellative verb formed from the compound noun aru-maṇ which means ‘inaccessible earth’. It is the genius of the Tamil

---

9 Tol. Eḻut. 197.

Language to treat nouns as verbal bases and to add verbal terminations to them. Similarly ceṅ-kōl-ai is the second person singular of the appellative verb formed from the compound noun ceṅ-kōl. Kaṭi-y-araṇ, meaning 'with fortified fort.' Two points deserve notice here:- (1) āl is the metamorphosed from of āṉ, (2) It is used here to denote association, which is rare in Modern Tamil. Now āl is used to denote agent or instrument and oṭu and ōṭu to denote association.

Puram. 23:15-17

> **ஞால நெளிய வீண்டிய வியன்படை**
> **ஆலங் கானத் தமர்கடந் தட்ட**
> **கால முன்பநிற் கண்டனென் வருவல்**
>
> **Ñāla neḷiya v-īṇṭiya viyaṉ-paṭai**
> **Ālaṅ kāṉat t-amar-kaṭan t-aṭṭa**
> **Kāla muṉpa-niṟ kaṇṭaṉeṉ varuval**

Ñālam, neḷiya, īṇṭiya, viyaṉ-paṭai, ālaṅ-kāṉattu, amar, kaṭantu, aṭṭa, kāla-muṉpa, niṉ, kaṇṭaṉeṉ, varuval

The prose order is the same as that in the verse.

Oh, the possessor of the strength of Yama, who rushing to the battle at Talai-y-ālaṅkāṉam with a large army which was so extensive as to make the earth bend, has massacred (the enemies), I am come to see you.

Ñālam: The m is elided before n of the following word. Neḷiya is an infinitive form of the root neḷi and means 'so that it may bend'. V is an intervocalic between neḷiya and īṇṭiya to avoid hiatus. Viyaṉ-paṭai is a paṇpu-t-tokai; it should be split, according to Tolkāppiyaṉār, viyaṉṟatum atu-v-ē paṭai-y-um atuv-ē and according to Naṉṉūlār, viyal ākiya paṭai. Since a noun denoting quality cannot stand in apposition with the noun denoting the object having that quality, the view of Tolkāppiyaṉār is sound. Viyaṉ-paṭai is a compound noun in the third case with the suffix dropped. Ālaṅkāṉattu is a noun in the seventh case with the suffix kaṇ dropped. It is formed thus:- Ālaṅ-kāṉam+kaṇ = ālaṅkāṉam+attu+kaṇ=

ālaṅkāṉa+attu+kaṇ= ālaṅkāṉa+ttu= ālaṅkāṉattu.[10] Amar is the tadbhava of Skt. Samara. Kaṭantu is an infinitive form of the root kaṭa meaning 'to rush through'. Aṭṭa is the relative participle of the root aṭu meaning 'to massacre.' Kāla-muṉpa is the vocative of kāla-muṉpu (kālaṉiṉ muṉpu). Ṉ of kālaṉ is dropped before m of muṉpu. Ṉiṉ is the second case of the second personal pronoun singular nī, with the case suffix ai dropped. Niṉṉai is formed thus:- nī+ai=ni+*ṉ+ai=ni-ṉ-ṉ-ai.*[11] It later on changed to nuṉṉai on the analogy of the plural num-m-ai and further changed to uṉṉai by meta analysis.[12] Kaṇṭaṉeṉ is literally a finite verbal form of the root kāṇ in the first person singular. It is here used in the sense of the gerundial infinitive kāṇa. It is the genius of the Tamil Language to use a number of finite verbal forms without the copulative particle so that all but the last should be taken to give the sense of infinitives.[13] Varuval is the finite form of the root vā in the first person singular. It is now considered to denote future tense, but it is used here to denote past tense. It deserves to be noted that the author of Tolkāppiyam has not stated the tense denoting elements as the author of Naṉṉūl. Dr. Caldwell has discussed whether the root here is vā or var. There is greater possibility to choose the latter since there are more forms with 'r' in Tamil, Telugu and other related languages than without r. Since it is seen in Tamil manuscripts that dots have not been used, the symbol ',' denotes the lengthening mark, the consonant *r* and the vowel consonant ra. Hence it is quite possible to have mistaken r for the lengthening mark. The termination al gradually metamorphosed to aṉ.[14]

---

10 Tol. Eḻut 186, 134 & 126.

11 Ibid 180 &161.

12 Cf. H.G.T. p. 132.

13 Tol. Col. 429.

14 Cf. H.G.T. p. 158.

Puram. 136:18 – 22[15]

சுடர்சுட்ட சுரத்தேறி
இவண்வந்த பெருநசையேம்
எமக்கீவோர் பிறர்க்கீவோர்
பிறர்க்கீவோர் தமக்கீபவென
அனைத்துரைத்தனன் யான்

Cuṭar-cuṭṭa curat-t-ēṟi
Ivaṇ-vanta peru-nacai-y-ēm
Emak-k-īvōr piṟark-k-īvōr
Piṟark-k- īvōr tamak-k-īpa-v-eṉa
Aṉaitt-uraittaṉaṉ yāṉ

Cuṭar, cuṭṭa, curattu, ēṟi, ivaṇ, vanta, perunacai-y-ēm, emakku, īvōr, piṟarkku, īvōr, tamakku, īpa, eṉa, aṉaittu, uraittaṉaṉ, yāṉ.

The prose order is the same as that in the verse except that the last two words should be interchanged.

We are those who have come here with great expectation after crossing the deserts heated by the sun. Those who give us (may be considered to be) givers to others. Those who give others and not to us (may be considered to be) givers to themselves.[16] Thus said I.

Cuṭar is a noun subject of the relative participle cuṭṭa which governs the noun curattu which is in the second case with the case suffix ai dropped. Ēṟi is an infinitive form of the root *ēṟu.* Ivaṇ means this place: it should have been formed with the two elements i (the demonstrative

15 *பதிப்பில் 20-22 என அடிகளின் எண்கள் தவறுதலாகத் தரப் பட்டுள்ளன. இங்கு அதன் முறையான எண்கள் தரப்பட்டுள்ளன (ப-ர்).*

16 The substance is this – Those who give the needy when they want really do charity and those who give away to men other than the needy expect something in return.

root denoting proximity) and the noun aṇ denoting place. The use of aṇ denoting place is almost obsolete now. Hence *ivaṇ* is now used mostly as an adverb. *Vanta* is the past relative participle from the root *vā*, governing the participial pronoun of the first person plural peru-nacai-y-ēm. It is here used as the noun predicate (peyar-p-payaṉilai). Aṉaittu is a noun in the second case with the case suffix dropped. Uraittaṉ-aṉ is the first person singular past tense of the root urai. Here the final aṉ is the metamorphosed form of al, the first person singular termination; the penultimate aṉ is an increment (cāriyai). Yāṉ is the first person singular pronoun. It is the only form mentioned in Tolkāppiyam. Hence the word nāṉ is a later formation on the analogy of the plural form nām.[17]

---

17 Cf. H.G.T. p. 126.

உ

கடவுள் துணை.

செந்தமிழ்.

தொகுதி-உஅ.] பிரமோதூத வருஷ ஆடி மீ [பகுதி-௯.

Vol. XXVIII. *July–August 1930.* No. 9.

தமிழ்மக்கள் கடமை.

(மேலைச்சிவபுரிச் சன்மார்க்கசபையின், 21-ம் ஆண்டு நிறைவுவிழாவில் திருவனந்தபுரம் Retired High Court Judge ப்ரும்மஸ்ரீ K. G. சேஷையரவர்கள் அவைத்தலைவரா யிருந்து நிகழ்த்திய முன்னுரை).

அருந்தமிழ் அறிந்த அன்பர்காள்!

சீருஞ் சிறப்பும் கேள்வியும்பெற்ற பலர் குழுமிய இவ்வவையின் கண், தலைமைத்தானம்பெற எனக்குச் சற்றும் ஆற்றலின்மை வெளிப் படை. ஆயினும் என் அருமை ஆப்தநண்பர்களாகிய சிலர் என்னை இச்சபாபதித்தானத்திற்கு வற்புறுத்தி வேண்டினராகையால், நான் அவர்களின் வேண்டுகோளுக்கு இணங்கி, மெய்வருத்தம் பாராது இவண் வரத் துணிந்தேன். பிறைமுடிப்பெருமான் எறிகடல்குடித்த குறுமுனிக்கருளிய செந்தமிழ்மொழியின்பால் நானும் சற் றபிமான முடையவனாகையால், நந் தமிழ்த்தாய்க்கு என்னாலியன்ற சிறுதொண்டு செய்ய இது ஓர் நல்ல தருணமெனக் கருதி, அவர்களின்விருப்பத் துக்கு மகிழ்வோடு நான் இணங்கினேன். இவ்வாறு செய்ததால் எனக்

1930ஆம் ஆண்டு சுப்பிரமணிய சாஸ்திரியின் புறநானூற்று உரையை வெளியிட்ட செந்தமிழ் இதழின் முதல் பக்கம்.

புறநானூற்றுக்குறிப்பு.

தமிழ் லெக்ஸிகன் உதவிப்பதிப்பாசிரியர்
ப்ருஹ்மஸ்ரீ P. S. சுப்பிரமணிய சாஸ்திரி (M.A., L.T.,) அவர்கள்
எழுதுவது.

(உ.) மண்டிணிந்தநிலனும்
நிலனேந்தியவிசும்பும்
விசும்புதைவருவளியும்
வளித்தலைஇயதீயுந்
தீமுரணியநீருமென்றாங்
கைம்பெரும்பூதத்தியற்கைபோலப்
போற்றார்ப்பொறுத்தலுஞ்சூழ்ச்சியதகலமும்
வலியுந்தெறலுமளியுமுடையோய்
... ...
... ...
... ...
வானவரம்பனைநீயோபெரும
வலங்குளைப்புரவியைவரொடுசினைஇ
நிலந்தலைக்கொண்டபொலம்பூந்தும்பை
யீரைம்பதின்மரும்பொருதுகளத்தொழியப்
பெருஞ்சோற்றுமிகுபதம்வரையாதுகொடுத்தோய்
பாஅல்புளிப்பினும்பகலிருளினு
நாஅல்வேதநெறிதிரியினுந்
திரியாச்சுற்றமொடுமுழுதுசேண்விளங்கி
நடுக்கின்றிநிலியரோவத்தையடுக்கத்துச்
சிறுதலைநவ்விப்பெருங்கண்மாப்பிணை
யந்தியந்தணரருங்கடனிறுக்கு
முத்தீவிளக்கிற்றுஞ்சும்
பொற்கோட்டிமயமும்பொதியமும்போன்றே.

இச்செய்யுளின் தொடக்கத்திற் பஞ்சபூதங்களைப்பற்றிக் கூறுகையில் விசும்பின்பின்னர் வளியையும், வளிபின்பின்னர்த் தீயையும், தீயின்பின்னர் நீரையுங் கூறிய முடிநாகராயர் நிலனை நீரின்பின் வையாது அதனைத் தொடக்கத்திலேயே ஏன் கூறினர் எனச் சிலர்மனத்தில் ஐயந் தோன்றலாம். அவ்வையத்திற்குக் காரணம், அவை ஆகாசம், வாயு, அக்கினி, அப்பு, பிருதிவி* என்ற முறையானே வேதங்களிற் கூறப்பட்டமையே யாகும். ஆகாசம் குறிப்பாற் குளியப்பொருளையுணர்த்தும் என்பது கவிமரபாதலானும், இச்செய்யுளில மன்னன் நீண்டகாலம்

*ஆகாஶாத்வாயுஃ, வாயோரக்நிஃ, அக்நேராபஃ, அத்ப்யஃ ப்ருதிவீ. (தைத்திரீயோபநிஷத். 2. 1)

செந்தமிழ் இதழில் வெளிவந்த புறநானூற்று 2ஆம் பாடலும் அதன் உரையும்

THE ARDRA.

Tejasvinavadhitamastu

Mavidvishvahai.

Taittiriyopanishad, I. ii. 1.

Enlightened be our learning,

let us not hate.

— Taittiriyopanishad, I ii. 1.

கதங்காத்துக் கற்றடங்கலாற்றுவான் செவ்வி

யறம் பார்க்கு மாற்றினுழைந்து.

— திருக்குறள், 130.

The God of right steps up to see the charm
Of him whom culture helps to conquer rage.

— Tirukkural, 130.

VOL. I. JAFFNA, JANUARY, 1933. PART. I

OURSELVES.

The ARDRA is a symbol of unity. The name itself is composed of the initial syllables of the words 'Arya' and 'Dravida'. *You may read it left to right or right to left*: the name remains the same. Similarly, you may give the front rank either to the 'Aryan' or to the 'Dravidian': the race, in *our opinion, is the same.*

1933ஆம் ஆண்டு வெளிவந்த The Ardra இதழின் முகப்புப் பக்கம்

5

A CRITICAL STUDY OF PURANANURU.

By Dr. P. S. Subrahmanya Sastry, M.A., L.T., PHD.,
Principal, Rajah's College of Tamil and Sanskrit Studies Tiruvadi.

Perundevanar, the author of the Tamil Bharata is the compiler of the anthology which goes by the name of *Purananuru*. At the commencement of the work he invokes, in the first stanza, God Siva in his aspect of *ardha-narisvara* with wreaths made of Konrai flowers both on his crest and on his chest, with the crescent moon on his forehead and seated on a white bull.

2nd Verse.

மண்டிணிந்த நிலனும்
நிலனேந்திய விசும்பும்
விசும்புதைவரு வளியும்
வளித்தலைஇய தீயுந்
தீமுரணிய நீருமென்றாங்
கைம்பெரும் பூதத்தியற்கை போலப்
போற்றார்ப் பொறுத்தலுஞ் சூழ்ச்சிய தகலமும்
வலியுந் தெறலு மளியு முடையோய்
நின்கடற் பிறந்த ஞாயிறு பெயர்த்துநின்
வெண்டலைப் புணரிக் குடகடற் குளிக்கும்
யாணர் வைப்பி னன்னாட்டுப் பொருந
வான வரம்பனை நீயோ பெரும
வலங்குளைப் புரவி யைவரோடு சினைஇ
நிலந்தலைக் கொண்ட பொலம்பூந் தும்பை
யீரைம் பதின்மரும் பொருதுகளத் தொழியப்
பெருஞ்சோற்று மிகுபதம் வரையாது கொடுத்தோய்
பாஅல் புளிப்பினும் பகலிருளினு
நாஅல்வேத நெறிதிரியினுந்
திரியாச் சுற்றமொடு முழுதுசேண் விளங்கி
நடுக்கின்றி நிலியரோ வத்தை யடுக்கத்துச்

The Ardra இதழில் வெளிவந்த
புறநானூற்று மொழிபெயர்ப்புப் பக்கம்